ജനസാഗരത്തിലെ തുരുത്തുകൾ

ധന്യ ജയൻ

സമർപ്പണം

എന്റെ പുസ്തകം വായിക്കാതെ പറന്നകന്ന മമ്മിക്ക്..........

ഉള്ളടക്കം

ആമുഖം

വിജനതകളിൽ നിന്നും ഉറവയൂറി നിബിഡതകൾവരെ എത്തി നിൽക്കുന്ന മഹാസാഗരം...... ജനനവും മരണവുമെല്ലാം വേലിയേറ്റ ഇറക്കങ്ങളായി പരിണമിക്കുമ്പോഴും തുടർച്ചകൾ ഓരോ തുടിപ്പിനെയും പുതിയതു തന്നെയായി കാത്തുവയ്ക്കുന്നു.

കോടാനുകോടി മനസ്സുകളിലെ എണ്ണമില്ലാത്ത സ്വപ്നങ്ങൾ എന്തിനുമേതിനും മീതെ ഉയർന്നു നിൽക്കുന്നതിനിടയിലെ വ്യത്യസ്ത തകൾ.... മറ്റാർക്കും പ്രത്യേകതകളൊന്നും തോന്നാത്ത ചില സുന്ദരാനുഭവങ്ങൾ.... അവയാണ് ഓരോ തുരുത്തുകളായി പരിണമിക്കപ്പെട്ടിരിക്കുന്നത്. മറ്റൊരുവിധത്തിൽ പറഞ്ഞാൽ ചില മനസ്സുകളുടെ പ്രതിഫലനങ്ങൾ. ഘടനാപരമായും ഭാഷാപരമായും വന്നുചേർന്നിട്ടുള്ള അപാകതകൾ പൊറുക്കുമെന്ന വിശ്വാസത്തോടെ,

ധന്യ ജയൻ

കടപ്പാട്

എല്ലാ നിമിത്തങ്ങൾക്കും.....

1

നന്ദികൊണ്ട് അവസാനിക്കുന്ന കടപ്പാടുകൾ

കടമകൾ ചെയ്യാൻ തീർത്തും താൽപര്യമില്ലാതിരുന്ന മൗസിയാണ് സുഷമതായിയുടെ അരികിൽ പകലുണ്ടായിരുന്നത്. 'മൗസി'യെന്നാൽ ആയ ആണ്. ആശുപത്രിയിൽ മൂന്ന് ഷിഫ്റ്റുള്ളത് വലിയ ആശ്വാസമാണ്. ഒരാളെത്തന്നെ സഹിക്കുന്നതിന്റെ ബുദ്ധിമുട്ട് അങ്ങനെ ഒഴിവാകും.

കൈലാസ് ഇടയ്ക്ക് ആവർത്തിക്കാറുണ്ട്;

"ലോകത്തിൽ ആരും ആരെയും നോക്കാനില്ല, വിശാൽ"

സിവിൽ എഞ്ചിനീയറായ കൈലാസിന്റെ ബന്ധുക്കൾ ആശുപത്രി സന്ദർശനം ആഴ്ചയിൽ ഒന്നാക്കിക്കുറച്ചത് സ്നേഹിതനായ താൻ തുണയ്ക്കുണ്ടാവുമെന്ന് കരുതിയായിരിക്കണം. ഉപേക്ഷിക്കപ്പെട്ടവനെപ്പോലെ ഓരോ ഇടവേളകളിൽ അയാൾ പലതും വിളിച്ചുപറയും. ഒന്നരവർഷത്തോളംനീണ്ട ആശുപത്രിവാസംകൊണ്ട് ജീവിതം നശിച്ചുപോയെന്ന തോന്നൽ അയാളിലുണ്ടായിരിക്കുന്നു.

പ്രത്യക്ഷത്തിൽ ആശുപത്രിയുടെ രക്തക്കറകൾ വീണ ചുവരുകളെ കൈലാസ് സ്നേഹിക്കാൻ തുടങ്ങിയിരുന്നെങ്കിലും ദുഃഖം മറച്ചുവച്ചുള്ള അയാളുടെ തമാശകൾ കേട്ട് ഞാനൊഴികെ മറ്റെല്ലാവരും

ചിരിച്ചിരുന്നു. ജോലിക്കായും സൗഖ്യത്തിനായും എത്തുന്നവർക്കൊക്കെ നല്ല നേരമ്പോക്കായിരുന്നു അത്. ചിരികൊണ്ട് അയാൾ ഭൂതകാലത്തിലെ തിരക്കുപിടിച്ച ഓർമ്മകളെ സമയപത്രത്തിൽ ചുരുട്ടി ചപ്പുകൂനകളിലേക്ക് വലിച്ചെറിഞ്ഞുകൊണ്ടിരുന്ന നേരങ്ങളിലൊക്കെ പല നിലകളിലുമുള്ള രോഗികൾക്കരികിലേക്ക് നടക്കുന്നത് വിനോദമായി എടുത്ത ആളാണ് ഞാൻ- വിശാൽ.

ബന്ധനങ്ങളില്ലാത്ത മുംബൈ ലോകത്തിലെ നിഷ്കളങ്കമായ ബന്ധങ്ങളെ നെഞ്ചിലേറ്റി വ്യത്യസ്ത സാഹചര്യങ്ങളിൽ വളർന്നവരാണ് ഞാനും കൈലാസും. രാപ്പകൽ കൈലാസിനോടൊന്നിച്ച് കഴിഞ്ഞിരുന്നതുകൊണ്ട് സഹോദരങ്ങളാണെന്ന് ചിലരൊക്കെ, പുതിയതായി എത്തുന്ന രോഗികളും നഴ്സുമാരും സംശയിച്ചിരുന്നു; കാഴ്ചയിൽത്തന്നെ ഞങ്ങളിരുവരും വ്യത്യാസങ്ങളേറെയുള്ളവരായിരുന്നിട്ടുപോലും.

ആ ഡിസംബർ ഇരുപത്തിയാറിന് ക്രൂരമായ മുഖമായിരുന്നെന്ന് രണ്ടു ദിവസങ്ങൾക്കു ശേഷമാണ് മനസ്സിലാക്കിയത്. തീവ്രപരിചരണ വിഭാഗത്തിൽ നിന്നും കൈലാസിനെ മാറ്റിയ ശേഷമാണ് ശ്വാസഗതിപോലും നേരെയായത്. അയാൾ അവിടെക്കിടന്ന ദിവസം ലോകത്തെ നടുക്കിയ സുനാമിയെപ്പറ്റി ഞാനറിഞ്ഞില്ല. മുംബൈതീരത്തെ സുനാമി തീണ്ടിയിരുന്നുമില്ലല്ലോ.

കൈലാസുമായി അവിചാരിതമായി കണ്ടുമുട്ടലിൽനിന്നും വളർന്ന സൗഹൃദമായിരുന്നു.

ചരക്കുകൾ കയറ്റിയ ഒരു വണ്ടി അയാളുടെ ഇരുചക്രവാഹനത്തെ തട്ടിത്തെറിപ്പിക്കുന്നതും രക്തം വാർന്നൊലിക്കുന്ന അയാളെ ആശുപത്രിയിലേക്ക് മാറ്റുന്നതും എന്റെ കൺമുന്നിൽ നടന്ന കാഴ്ചയായതുകൊണ്ട് മാനസികമായി തകർന്ന ദിവസങ്ങളായിരുന്നു അവ. പിന്നീട് എന്തുകൊണ്ടോ അയാളെ തനിച്ചാക്കി പോകാൻ സാധിച്ചില്ല.

അത്യാവശ്യസാധനങ്ങൾ വാങ്ങാനായി വഴിയോരത്തു നിൽക്കുമ്പോൾ അവിചാരിതമായി സുനാമി ദുരന്തത്തിന്റെ വാർത്ത കയ്യിൽ കിട്ടുന്നതു

വരെ ഇരുപത്തിയാറിന്റെ വികൃതികളെക്കുറിച്ച് ചിന്തിച്ചിരുന്നില്ല. പോലീസ് വാഹനത്തിന്റെ ശബ്ദംകേട്ട് ഓടിയ വഴിയോരക്കച്ചവടക്കാരന്റെ വീണുപോയ ആ ദിനപത്രം ഞാൻ വെറുതെ സൂക്ഷിച്ചു വച്ചിട്ടുണ്ട്. കൈലാസിന്റെ പച്ചത്തുണിവിരിച്ച കിടക്കയുടെ അടിയിലായി അത് ഭദ്രമായിട്ടുവച്ചത് അയാൾക്ക് സംഭവിച്ച നഷ്ടം വളരെ ചെറുതാണെന്ന് വിശ്വസിപ്പിക്കാൻ കൂടിയാണ്.

കൈലാസിന്റെ തമാശകൾ കേട്ട് അടുത്ത കിടക്കകളിൽ എല്ലാവരും ചിരിക്കുമ്പോൾ കയ്യിലുള്ള പാസുമായി ആശുപത്രി ചുറ്റാൻ ഇറങ്ങിയതിനിടയിലാണ് സുഷമതായിയെ ആദ്യമായി കാണുന്നത്. 'തായി' എന്നാൽ മുതിർന്ന സഹോദരി.

തല തുളച്ച് കമ്പിയിടുന്നത് എന്തിനു വേണ്ടിയായിരിക്കും എന്ന് ചിന്തിച്ചു നിൽക്കുന്നതിനിടയിൽ അവർ എന്നെ നോക്കി പുഞ്ചിരിച്ചു. വൈദ്യശാസ്ത്രത്തിലെ കണ്ടുപിടുത്തങ്ങളോട് അത്ഭുതം തോന്നി. പിന്നീട് പല ദിവസങ്ങളിലും സന്ദർശിക്കുന്നതിനിടയിൽ അവർ പറഞ്ഞ പേര് സുഷമ എന്നായിരുന്നോ എന്ന് ഇപ്പോഴും സംശയമാണ്. പക്ഷെ പരിചയക്കാർ തമ്മിൽ പേര് ചോദിക്കുന്നത് ഉചിതമല്ലെന്നു തോന്നിയതുകൊണ്ട് അതുതന്നെയായിരിക്കട്ടെ അവർക്കുള്ള പേര് എന്നു നിശ്ചയിച്ചു. തായി എന്നല്ലാതെ വിളിക്കാറില്ല.

"കൈലാസിന്റെ വിവരമെങ്ങനെ?"

സുഷമതായി ഇടയ്ക്ക് ചോദിക്കുമ്പോഴാണ് അങ്ങനെയൊരു വിചാരമുണ്ടാകുന്നത്. കൈലാസിന്റെ കാലുകളും കമ്പികളുടെ നിരകൊണ്ട് തുളച്ചു വച്ചിരിക്കുകയാണ്. ഡോക്ടർമാർത്തന്നെ വന്ന് ദിവസവും രണ്ടുനേരം വൃത്തിയാക്കിക്കൊണ്ടിരിക്കുന്നത് കാണുന്നുണ്ടെങ്കിലും അതിനെക്കുറിച്ച് എന്താണ് വിധി പറയേണ്ടത് എന്നറിയില്ലായിരുന്നു.

"അയാൾ സുഖം പ്രാപിച്ചു കൊണ്ടിരിക്കുന്നു".

"വിശാൽ, രോഗികളായി വരുന്നവർക്ക് മാത്രമേ സൗഖ്യത്തിലേക്കുള്ള

ദൂരം അളക്കാനാവൂ. അത് ഒരുപക്ഷെ ദിവസങ്ങളോ ആഴ്ചകളോ മാസങ്ങളോ ഒക്കെയാണ്. ചിലർക്ക് വർഷങ്ങളും. ജീവന്റെ അവസാന തുടിപ്പുകൊണ്ടുപോലും അതിനായി ആഗ്രഹിച്ചിട്ട് ലോകത്തിൽ നിന്ന് മടങ്ങുന്നവരും ഉണ്ട്"

ഓരോ വാചകങ്ങൾ കഴിയുമ്പോഴും അവരുടെ നെടുവീർപ്പുകൾ, സൗഖ്യത്തിനായുള്ള അവരുടെ ആഗ്രഹം വളരെ വലുതാണെന്ന് കാണിച്ചിരുന്നു.

സുഷമതായി കഴുത്തു തിരിക്കാൻ പറ്റാത്ത അവസ്ഥയിലായിരുന്നതുകൊണ്ട് വന്നുപോകുന്നവരെക്കുറിച്ചൊക്കെ അവരുടെ നിർബന്ധപ്രകാരം വിവരിച്ചു കൊടുക്കുന്നത് ഞാനിഷ്ടപ്പെടാത്ത പരോപകാര പ്രവൃത്തിയായിരുന്നു.

സുഷമതായിയുടെ രോഗവിവരം തിരക്കാനായി നഴ്സുമാരുടെ അകമ്പടിയോടെ എത്തിയ ഡോക്ടർ ഒരിക്കൽ അവരുടെ സമീപം മറന്നുവച്ച നീലച്ചട്ടയുള്ള രോഗവിവരക്കുറിപ്പിൽ നിന്നും ഒടുവിൽ ഞാൻ അവരുടെ രോഗവിവരം കണ്ടുപിടിച്ചു കളഞ്ഞു. കശേരുക്കൾ അകത്തേക്ക് കൂടുതൽ വളഞ്ഞപ്പോൾ ഞെരുക്കപ്പെട്ട സുഷുമ്ന അവരുടെ കാലുകളെ തളർത്തിയിരിക്കുകയാണ്. ഒന്നരവർഷത്തെ ആശുപത്രി ജീവിതം ഡോക്ടർമാരുടെ കുറിപ്പൊക്കെ മനസ്സിലാക്കാൻ എന്നെ പഠിപ്പിച്ചിരുന്നു. അതിലെ അറിയാത്ത വാക്കുകൾ ഗ്രഹിച്ചെടുക്കുന്നതിന് നഴ്സുമാരുടെ മേശമേലിരുന്ന വൈദ്യശാസ്ത്ര നിഘണ്ടു ധാരാളമായിരുന്നു.
അങ്ങനെയുള്ള അവരുടെ രോഗവിവരം അറിയാമായിരുന്നതുകൊണ്ട് അനിഷ്ടമൊന്നും അറിയിക്കാതെ അവർ മതിയെന്ന് പറയുന്നതുവരെ ഞാൻ ഓരോന്നും വിവരിക്കും. അതിലേറെയും സ്ത്രീസൗന്ദര്യത്തെക്കുറിച്ച് പെൺചുവയോടെയായിരുന്നു.

ചില ദിവസങ്ങളിലെ വൈകുന്നേരങ്ങളിൽ സുഷമതായിയുടെ അരികിലെത്തുമ്പോൾ പീളകെട്ടിയ കണ്ണുമായി കിടന്നിരുന്ന അവർ, മനുഷ്യന്റെ നിസ്സഹായാവസ്ഥപോലെ ആത്മാഭിമാനം ഉരുകി

പ്പോകുന്ന വേറൊന്നും ഇല്ലെന്ന് തോന്നിപ്പിക്കും. ആശുപത്രി സാമഗ്രികൾ അണുവിമുക്തമാക്കുന്ന പതിവ് ആഴ്ചയിലെ നിശ്ചിത ദിവസങ്ങളിലുണ്ട്. പ്രവേശകർക്ക് വാതിൽ തുറന്നു കൊടുക്കപ്പെ ടില്ലാത്ത ആ വലിയ മുറിയിലേക്ക് കൊണ്ടുപോകാൻ തയ്യാറാക്കി വച്ചിട്ടുള്ള, സ്റ്റീൽപാത്രങ്ങളിൽ അടച്ചുവച്ചിരുന്ന കടലാസിൽ പൊതിഞ്ഞ പഞ്ഞിയിലൊന്ന് കൈക്കലാക്കിയാണ് ഒരിക്കൽ അവരുടെ കണ്ണുകൾ ഞാൻ തുടച്ചു കൊടുത്തത്.

പക്ഷെ, സുഷമതായിയുടെ ശുശ്രൂഷകയായിരുന്ന കറുത്ത നിറവും ഉയർന്ന ശബ്ദവും രൂപവും ഉള്ള മൗസി അനാവശ്യമായി ഞാൻ അവരുടെ രോഗിയുടെ കാര്യത്തിൽ ഇടപെടുന്നതിന് ശകാരിച്ചു. അതിനുശേഷം സ്ത്രീകളായ ഒരാളെയും തൊട്ടുശുശ്രൂഷിക്കാൻ ധൈര്യം വന്നില്ല.

കൺമഷി പരക്കാതെയും പൊട്ടു ചരിഞ്ഞു പോകാതെയും ശ്രദ്ധിക്കാനായി മൗസി സുഷമതായിയുടെ കിടക്കയ്ക്കടിയിൽ സൂക്ഷിച്ചിരുന്ന കണ്ണാടിയിൽ ചിലപ്പോഴൊക്കെ ഞാനും മുഖം നോക്കിയിരുന്നു. ആഴ്ചയിലെ അവധി ദിവസങ്ങളിൽ മാത്രം തായിയുടെ സന്ദർശകനായെത്തുന്ന മാന്യനായ അവരുടെ ഭർത്താവ് അരികിലുള്ളപ്പോൾ മറ്റ് ആറുദിവസങ്ങളിലെ കടംവീട്ടിക്കൊണ്ടെ ന്നപോലെ മൗസി അവരെ പരിചരിക്കുന്നതും ഞാൻ കാണാറുണ്ടായിരുന്നു.

കൈലാസ് ഉറങ്ങുന്ന അല്ലെങ്കിൽ മറ്റുള്ളവരോട് തമാശകൾ പുലമ്പുന്നതിനിടെ ചുറ്റി നടക്കുന്ന ഒരു വേളയിൽ സന്ദർശനസമയം അല്ലാത്തതിനാൽ വാർഡ് ചുമതലക്കാരിയായ നഴ്സ് ചീത്തവിളിച്ചു. സന്ദർശന സമയങ്ങളിൽ അവരുടെ മുന്നിലൂടെ തന്നെ പലതവണ നടന്നുകൊണ്ട് അവർക്കുള്ള മറുപടിയും ഞാൻ കൊടുത്തു.

(കൈലാസിന്റെ സഹോദരങ്ങൾക്ക് വിശാൽ ഒരു അത്ഭുത മായിരുന്നു. അയാളുടെ ഓരോ വേദനയിലും വിശാൽ പങ്കുചേരുന്നത് അവരെപ്പോലും അതിശയിപ്പിച്ചു കളഞ്ഞു. അത്യാഹിതവിഭാഗവും തീവ്രപരിചരണവിഭാഗവും കടന്ന് വാർഡിലേക്ക് കൈലാസ്

എത്തിയതിനുശേഷം വിശാലിന് അധികം തിരക്കുകളൊന്നുമില്ല എന്ന് എല്ലാവരും കണ്ടെത്തിയിരുന്നു!)

വീട്ടിലേക്കും എടിഎം ലേക്കും പോകുമ്പോൾ കൈലാസിന്റെ ചുമതല എന്നെ ഏൽപ്പിച്ചു തുടങ്ങിയതാണ്. ദിവസങ്ങൾ കഴിയുംതോറും പോകുന്നവർ തിരിച്ചുവരുന്നതിന്റെ ഇടവേളകൾ വർദ്ധിക്കുകയും പിന്നെ ചില ദിവസങ്ങളിൽ തുടങ്ങി മിക്കതിലും വരാതിരിക്കുന്നത് വരെ കാര്യങ്ങൾ എത്തിച്ചേരുകയും ചെയ്തു.
കൈലാസിന്റെ രോഗവിവരം തിരക്കി ദിവസവും നാലു ഫോൺ വിളികളെങ്കിലും ഉണ്ടായിരുന്നു. ആദ്യത്തേതുമൂന്നും അയാളുടെ തന്നെ അച്ഛനും സഹോദരങ്ങളും ആയിരുന്നെങ്കിൽ നാലാമത്തേത് എന്റെ അമ്മയായിരുന്നു. ഏകമകനായ എന്നെ കാണാത്തതിൽ അവർക്ക് പരാതികളുമുണ്ടായിരുന്നു.

ഒരു ഞായറാഴ്ചയിലെ സന്ദർശന സമയത്ത് കൈലാസിനെ കാണാൻ ഞാനറിയാത്തവരും ഉൾപ്പെട്ട അയാളുടെ ബന്ധുസമൂഹം ഉണ്ടായിരുന്ന നേരത്താണ് കടൽക്കരയിലേക്ക് പുറപ്പെട്ടത്. ആശുപത്രിയിൽ നിന്നും വളരെ അകലെയല്ലാത്ത കടൽ സദാ ഇളകിക്കൊണ്ട് തീരത്തുള്ളവരെ കുളിരണിയിക്കുന്നത് മുന്നേ അറിഞ്ഞിരുന്നെങ്കിൽക്കൂടി പോകാൻ തരപ്പെട്ടിരുന്നില്ല.

കടൽക്കാറ്റുംകൊണ്ട് നാഷണൽ ഹൈവേയ്ക്കരികിലായി വച്ചുപിടിപ്പിച്ചിട്ടുള്ള ഉയർന്ന തറയുള്ള തണൽമരത്തിനു കീഴിലിരിക്കുമ്പോൾ ആകസ്മികമായി കണ്ടുമുട്ടിയ തടിച്ച, വൃദ്ധയായ, അതിലെല്ലാമുപരി അപരിചിതയായ ഗോവണി സ്ത്രീ ഒരു ഹാസ്യകഥാപാത്രമായി എനിക്കനുഭവപ്പെട്ടത് ഇങ്ങനെയാണ് ;
തിടുക്കത്തിൽ നടന്നു പോവുകയായിരുന്ന അവർ എനിക്കരികിൽ വന്നപ്പോൾ ഞാൻ വിളിച്ചിട്ടെന്നപോലെ നടത്തം നിറുത്തുകയും തോളിൽ തൂക്കിയിരുന്ന വലിയ തുകൽസഞ്ചിയിൽ നിന്നും തടികുറഞ്ഞ ഒരു പുസ്തകം പുറത്തെടുക്കുകയും ചെയ്തു.

ചിട്ടയായ ജീവിതശൈലിയൊന്നും സ്വന്തമായി അവകാശപ്പെടാൻ എനിക്കില്ലെങ്കിൽക്കൂടി അവരിലെ അക്ഷമയോടെയുള്ള പല പ്രവർത്തികളും ഒരു നിമിഷംകൊണ്ട് അവർ ഒരു ഹാസ്യനടിയോട് സാമ്യമുള്ളതു പോലെ തോന്നിച്ചു.

ആരെയോ തേടും പോലെ അവരുടെ മിഴികൾ പറന്നു നടക്കുന്നുണ്ടായിരുന്നു. പറന്ന് എന്ന് പറഞ്ഞാൽ കൃത്യമാവില്ല. പറപറന്ന് തന്നെ. ദൃഷ്ടിയിൽനിന്ന് മറയുന്ന വാഹനങ്ങളുടെ ഉള്ളിലേക്കുപോലും അവരുടെ മിഴികളെത്തി. തേടിയിരുന്നത് എന്നെയായിരുന്നതു കൊണ്ടോ അഥവാ ലോകത്തിൽ അലസമായി ജീവിതം പാഴാക്കുന്ന വേറൊരാളില്ലാതിരുന്നതുകൊണ്ടോ, ബാല്യം വിടാത്ത കൊച്ചുകുട്ടിയെപ്പോലെ അവർ ഓടി വന്നത് എന്റെ അടുത്തേക്ക് തന്നെയായിരുന്നു.

അവരുടെ വരവിലെ അപാകത, സാധാരണ ദിവസങ്ങളിലെ മാനസികാവസ്ഥയിലായിരുന്നു ഞാനെങ്കിൽ എന്നെ അവിടെ നിന്നും രക്ഷപ്പെടാൻ പ്രേരിപ്പിക്കേണ്ടതാണ്. അവർ സംസാരിച്ചു തുടങ്ങിയത് മറ്റെല്ലാ ഗോവക്കാരെയും പോലെ ഇംഗ്ലീഷിലായിരുന്നു. ഒട്ടുമിക്ക ഗോവണി സ്ത്രീകളെയും പോലെ മുട്ടുവരെ ഇറക്കമുള്ള ഫ്രോക്ക് ധരിച്ച അവർ എനിക്കഭിമുഖമായി നിന്നു പറഞ്ഞു.

"എനിക്ക് തോന്നുന്നു ജീവിതത്തിന്റെ അർത്ഥം കണ്ടെത്തിയ വളരെ കുറച്ചു പേരിൽ ഒരാളാണ് നീയെന്ന്."

അവർ ഒരു അപരിചിതയാണെന്ന വസ്തുത പോലും മറന്ന് മറുപടി കൊടുത്തു കളഞ്ഞു.

"നിങ്ങൾക്ക് എന്തോ പ്രശ്നമുണ്ട്. "

"ഉണ്ട്. എനിക്ക് രക്തത്തിൽ പഞ്ചസാര കൂടുതലാണ്. നീ മെഡിസിനു പഠിച്ചു തോറ്റുപോയ യുവാവാണെന്നും എനിക്ക് തോന്നിപ്പോകുന്നു. ഡോക്ടറായിക്കഴിഞ്ഞിരുന്നെങ്കിൽ വെറുതെയിരിക്കാൻ നിനക്കാവില്ലായിരുന്നു "

"മാഡം, ഞാൻ പഠിച്ചുകൊണ്ടിരിക്കുന്നു എന്നുള്ളത് ശരിയാണ്. അത് പക്ഷെ ഒരു ബിരുദം കരസ്ഥമാക്കാനുള്ള പഠനമല്ല. അജ്ഞത നീക്കിക്കളയുന്നത് മാത്രമാണ് എനിക്കിപ്പോൾ അറിവുകൾ."

"പക്ഷെ നിന്റെ പേര് എന്നോട് പറയാതിരുന്നത് എന്തുകൊണ്ടാണ്? "

തുകൽസഞ്ചി മരത്തറയിൽ വച്ചശേഷം ഉയരംകുറഞ്ഞ അവർ കുറച്ചുനേരത്തെ ശ്രമം കൊണ്ടാണ് എനിക്ക് സമീപത്തായി ഇരുന്നത്. അവർ കയറുന്നത് കണ്ടപ്പോൾ ഞാൻ ഭയപ്പെട്ടത് അടുത്തിരിക്കുമ്പോൾ തുടരേണ്ടിവരുന്ന സംസാരത്തെക്കുറിച്ചും അതിലുപരി ഇറുകിക്കിടന്നിരുന്ന മുട്ടിനുതാഴെ ഇറക്കമുള്ള അവരുടെ ഫ്രോക്ക് പൊട്ടിപ്പോയേക്കുമെന്നും ചിന്തവന്നതുകൊണ്ടാണ്.

"മാഡം നിങ്ങൾ പേര് ചോദിച്ചില്ലല്ലോ?"

"പക്ഷെ, കുട്ടീ അതല്ല മര്യാദ. ഒരാൾ സംസാരിക്കാൻ തുടങ്ങുന്നതേ പേര് പറയണം. ഒരുപക്ഷെ അയാൾ ചോദിക്കാൻ മറന്നതായിരിക്കണം."

"അങ്ങനെയാണെങ്കിൽ നിങ്ങളും പേര് പറഞ്ഞിട്ടില്ല എന്ന കാര്യം സത്യമല്ലേ?"

"ക്ഷമ ചോദിക്കുന്നു. ഞാൻ ഇഗ്നോറിയ ഡിസൂസ."

ഊഹം ശരിതന്നെ. ഗോവണിയാണ്. ഡിസൂസ എന്ന് ഞാൻ കേട്ടിട്ടുള്ള ഒട്ടുമിക്ക ഗോവക്കാരുടെയും പേരിന്റെ കൂടെയുണ്ടായിരുന്നത് മനസ്സിലാക്കാൻ ശ്രമിക്കാത്ത മറ്റൊരു അജ്ഞതയായിരുന്നു.

തൊട്ടടുത്തിരുന്ന മാഡം എത്ര കുട്ടികളുടെ അമ്മയാണെന്ന് ഊഹിക്കാൻ കഴിഞ്ഞില്ല.

അവരോടൊന്നിച്ച് തുടർന്ന സംഭാഷണം ഒരു പുതിയ അനുഭവമായിരുന്നു. 1961ലോ 1962ലോ ഗോവയിൽ നിന്നും ജോലി തേടി

മുംബൈയിലെത്തിയതാണത്രേ അവർ. ജോലി സ്ഥലത്തുണ്ടായിരുന്ന ഒരു മലയാളിയെ അഞ്ചുവർഷങ്ങൾക്കു ശേഷം വിവാഹം കഴിച്ചു. ചുരുങ്ങിയ നാളുകൾക്കുള്ളിൽ അപ്രത്യക്ഷനാകാൻ അയാൾക്ക് കഴിഞ്ഞു എന്നുകൂടി കേട്ടപ്പോൾ അവരെയും കേട്ടിരിക്കേണ്ടത് ഒരു പുതിയ ആവശ്യമാണെന്ന് മനസ്സിലായി.

"അങ്ങനെയാണ് മിസ്റ്റർ വിശാൽ ഞാൻ ജീവിതത്തെ തിരിച്ചറിഞ്ഞത്. അയാളെക്കുറിച്ച് കൂടുതൽ അന്വേഷിച്ചിരുന്നെങ്കിൽ നാട്ടിലെ വിലാസം ലഭിക്കുമായിരുന്നുവെങ്കിലും ഞാനത് ആഗ്രഹിച്ചില്ല. അങ്ങനെയുള്ള ബന്ധങ്ങൾക്ക് ആത്മാർത്ഥത യുണ്ടാവില്ല. ജീവിതത്തിന് അർത്ഥങ്ങളൊന്നുമില്ലെന്ന് തോന്നിയത് ആ ദിവസങ്ങളിലായിരുന്നു. എങ്കിലും തോറ്റുപോകരുതെന്ന വാശി കൊണ്ടുമാത്രം എല്ലാ പരിഹാസങ്ങളെയും പ്രതിസന്ധികളെയും ഒറ്റയ്ക്ക് നേരിട്ടു. എന്തുകൊണ്ടാണയാൾ പുറപ്പെട്ടു പോയതെന്ന് അറിയില്ല. അയാൾക്ക് അനിഷ്ടമുണ്ടാവാൻ പ്രത്യേകിച്ച് ഒന്നും സംഭവിച്ചിട്ടില്ല."

"മാഡം ഡിസൂസ, അയാൾ ഒളിച്ചോടിയതാണെന്ന് നിങ്ങൾക്കുറപ്പാണോ?"

"എന്നു ചോദിച്ചാൽ... അതെ എന്ന് തന്നെയാണ് എന്റെ മനസ്സ് പറയുന്നത്."

"എപ്പോഴും മനസ്സിനെ വിശ്വസിക്കാൻ പാടില്ല. സ്വന്തം ദുഃഖങ്ങളും സ്വാർത്ഥതയുംകൊണ്ട് മനസ്സ് വിധി പറഞ്ഞുകൊണ്ടിരിക്കും. വ്യക്തമായ തെളിവുകളൊന്നും ഇല്ലാത്തിടത്തോളം ഇത്ര തിരക്കുള്ള നഗരത്തിൽ എന്തെങ്കിലും അപകടം പറ്റിയതാണോ എന്നുപോലും തിരക്കാതെ നിങ്ങൾ അന്ധമായി എന്തൊക്കെയോ ചിന്തിച്ചു കൂട്ടിയതാണെന്നുപോലും എനിക്ക് തോന്നുന്നു."

നീണ്ടുപോയ സംഭാഷണത്തിനിടയിൽ മിഴികൾ നിറയുന്നതും പക്ഷെ തോൽക്കാൻ ഇഷ്ടപ്പെടാത്ത അവരുടെ മിഴികൾ നീർത്തുള്ളികളെ പിന്നോട്ട് വലിക്കുന്നതും കാണാമായിരുന്നു. അവരോട് ബഹുമാനം തോന്നാൻ സമ്മതിക്കാതെ എന്റെ മനസ്സും ശങ്കിച്ചു.

മിഴികളിൽ കാമം വിളിച്ചോതുന്നവർ തുടങ്ങി തപസ്സിൽ എല്ലാം അർപ്പിച്ചിരിക്കുന്നവരെപ്പോലും തോൽപ്പിച്ച് എന്നോട് മനസ്സ് തുറക്കാൻ കഴിഞ്ഞത് അവരിലെ വിഭ്രാന്തിയായിരുന്നെങ്കിൽ എന്റെ മനസ്സ് വെറുതെ തുറപ്പിച്ചത് അവരിലെ നിഷ്കളങ്കതയായിരിക്കണം.

നിമിഷങ്ങളിലെ മൗനത്തിൽ പോക്കറ്റ് ഡയറി എടുക്കുകയും അതിലെന്തൊക്കെയോ കുറിച്ചിടുകയും ചെയ്തശേഷം ഒന്നും സംഭവിക്കാത്ത പോലെ അവർ നടന്നുനീങ്ങി.

ഇഗ്നോറിയ ഡിസൂസയുടെ തണൽമരച്ചുവട്ടിലെ ഒഴിവ് ദുഃഖം ഒഴിവാക്കിയില്ല; സന്തോഷവും. അതീവശ്രദ്ധ പിടിച്ചു പറ്റാത്ത ഒരു വസ്തു യഥാസ്ഥാനത്തുനിന്നും നീങ്ങിയപ്പോൾ എന്നപോലെ വന്നുപെട്ട നിഴൽ പെട്ടെന്നുണ്ടായ ഒരു ശൂന്യതയുടെ ഗർത്തമായി അവശേഷിച്ചു.

അറ്റകുറ്റപ്പണികൾ നടന്ന തൊട്ടപ്പുറത്തെ കെട്ടിടത്തിൽ സിമന്റ് ചാന്ത് വീണപ്പോഴുണ്ടായ അടയാളങ്ങളിൽ ഗാന്ധിയുടെ നിഴലോ അക്വേറിയ മരത്തിന്റെ ആത്മാക്കളോ മഴത്തുള്ളികളുടെ പുനരുദ്ധാനമോ ഒക്കെ നിഴലിച്ചിരുന്നു.

കൈലാസ് ബന്ധുക്കളെ യാത്രയാക്കാൻ ഒരുങ്ങുന്ന സമയം അടുത്തിരിക്കുന്നതറിഞ്ഞ് ഞാൻ ആശുപത്രി കെട്ടിടത്തിലെ പുതിയ ചിറകിനെ ലക്ഷ്യമാക്കി നീങ്ങി. പുതിയതായി പണിത ബഹുനില ക്കെട്ടിടത്തിന് "ന്യൂ വിംഗ്" എന്നാണ് പേര്.

അലസതയെ മാഡം ഡിസൂസയുടെ ശൂന്യതക്കൊപ്പം സംവദിക്കാൻ വിട്ടിട്ടാണ് തിരികെ നടന്നത്. കൈത്താങ്ങിന്റെ സഹായത്തോടെ കൈലാസ് നടന്നു തുടങ്ങിയിരുന്നു. പല കഷണങ്ങളായി പൊടിഞ്ഞ എല്ലും അരഞ്ഞുപോയ മാംസവും കണ്ടവർക്ക് അങ്ങനെ ഒരു പ്രതീക്ഷയും ഉണ്ടായിരുന്നില്ല. ശരീരത്തിലെ പല ഭാഗങ്ങളിൽ നിന്നും ചെത്തിയെടുത്ത് തുന്നി ഉണ്ടാക്കിയ കാലുകളുടെ പുതിയ ആവരണം ഭംഗിയില്ലെങ്കിലും ഞരമ്പുകളെയും കമ്പിതുളച്ച എല്ലുകളെയും സംരക്ഷിക്കാൻ പോന്നതായിരുന്നു. നീണ്ട മാസങ്ങളിലെ ദുർഗന്ധം വമിക്കുന്ന

മുറിവുകൾക്ക് സൗഖ്യം വന്നുകഴിഞ്ഞു. വീട്ടിൽ നിന്നും ആരും വരാതിരിക്കുന്നതും തന്നെ ഉപേക്ഷിച്ചുകളഞ്ഞതും ജീവനോടെ അഴുകിക്കൊണ്ടിരിക്കുന്നത് കാണാനാവാത്തതുകൊണ്ടാവണം എന്ന് കൈലാസ് അപ്പോഴൊക്കെ പറഞ്ഞിരുന്നു.

ഇന്ന് അയാളുടെ സന്തോഷം വളരെ വലുതായിരുന്നു.

മൂന്ന് ആഴ്ചകൾകൂടി മാത്രമേ കൈലാസിന്റെ ശുശ്രൂഷകനായിരിക്കാൻ സാധിച്ചുള്ളൂ. ആ കാത്തിരിപ്പിനൊടുവിൽ മറ്റൊരു സന്ദർശന സമയത്ത് സുഷമതായിയോട് ഞാൻ പറഞ്ഞു.

"തായി... കൈലാസ് നാളെ ആശുപത്രി വിടും. നിങ്ങൾ പറയുന്ന സ്വാതന്ത്ര്യത്തിലേക്ക് അയാളിലെ ആത്മവിശ്വാസം ഉയർന്നു കഴിഞ്ഞിരിക്കുന്നു. ഇന്നല്ലെങ്കിൽ നാളെ നിങ്ങളും....."

ബന്ധുക്കൾ എത്തുന്ന നേരത്ത് കൈലാസിന്റെ പക്കൽനിന്ന് രക്ഷപ്പെട്ടു വന്നിരുന്നത് മിക്കപ്പോഴും അവരുടെ അടുത്തേക്കായിരുന്നല്ലൊ.

"വിശാൽ..... നിന്റെ കണ്ണുകൾ ചുവന്നിരിക്കുന്നു. നീ കരയുകയാണോ. കൈലാസ് ചിരിക്കാൻ തുടങ്ങിയപ്പോൾ നീയും ചിരിക്കുകയല്ലേ വേണ്ടത്... ഇനി നീയും സ്വതന്ത്രനാവുകയാണ്. നിനക്കായി എന്നുമുതലാണ് ജീവിക്കാൻ നീ ജീവിക്കാൻ തുടങ്ങുന്നത്? "

" തായി... "

"ലോകം അങ്ങനെയാണ് വിശാൽ. ഉപേക്ഷിക്കാൻ കഴിയില്ലെന്ന് നമ്മൾ വിചാരിക്കുന്ന പലതിനെയും നിസ്സഹായതയോടെ വിട്ടുകളയേണ്ടിവരും. എന്റെ കാര്യം തന്നെ കണ്ടില്ലേ.... എന്റെ സഹായം ഏറെ ആഗ്രഹിക്കുന്നവരാണ് എന്റെ വീട്ടിലുള്ളത്. സാധാരണ ദിവസങ്ങളുടെ താളക്രമം പോലും മാറിമറിഞ്ഞത് എന്റെ അസാന്നിധ്യത്തിലാണ്. ചെറിയ മകളുടെ ആഹാരകാര്യത്തിലോ ആരോഗ്യത്തിലോ പോലും എനിക്ക് ശ്രദ്ധിക്കാൻ കഴിയുന്നില്ല. എങ്കിലും അവരെല്ലാം ജീവിക്കുകയാണ്."

അങ്ങനെ എന്തെല്ലാമോ പറഞ്ഞു പതിപ്പിക്കുന്നതിനിടയിൽ അവരുടെ ചുണ്ടുകൾ നിഷ്കളങ്കമായി വിടരുന്നത് കുറച്ചുനേരം കൂടി നോക്കിനിന്നു. ഇനിയൊരിക്കൽ അതിനു കഴിഞ്ഞില്ലെങ്കിലും അവരെ മനസ്സിൽ സൂക്ഷിക്കാൻ ഒരു ചിത്രം നന്നായി ഫോക്കസ് ചെയ്തെടുക്കാൻ വേണ്ടി മാത്രം.

പിറ്റേന്ന് പ്രഭാത ഭക്ഷണം കഴിഞ്ഞ് കൈലാസിന്റെ അരികത്തു നിന്നും മാറിയിരിക്കാൻ മനസ്സുവന്നില്ല. മാസങ്ങളൊക്കെ കടന്ന് വർഷം തന്നെ പിന്നിട്ട വേളയിൽ അയാളെ പിരിഞ്ഞ് ഒരു ദിനം ഇരുളാൻ കുറച്ചധികം മണിക്കൂറുകൾ ബാക്കിയുണ്ടെങ്കിൽ കൂടി, മനസ്സിന് സാധിക്കാത്ത തുപോലെ.

സമീപത്തുണ്ടായിരുന്നവർ ഉച്ചഭക്ഷണം കഴിക്കുന്നതിന് തയ്യാറെടുക്കുന്നതും ഉന്തുവണ്ടിയിലെ ആശുപത്രി ഭക്ഷണത്തിന്റെ ഗന്ധം പറന്നെത്തുന്നതും അറിഞ്ഞപ്പോഴാണ് സമയം നോക്കുന്നത്. വളരെ ദിവസങ്ങളായി കൈലാസ് ആശുപത്രി ഭക്ഷണം കഴിക്കാറില്ല. ആഴ്ചയിലെ ഏഴു 'മെനു'കൾ അയാൾക്ക് മടുത്തുകഴിഞ്ഞിരുന്നു. ഊണ് വാങ്ങാൻ പുറത്തുപോയി തിരികെയെത്തുമ്പോൾ അയാൾ വളരെപ്പേരുടെ മധ്യത്തിലിരുന്ന് തമാശകൾ വിളമ്പുന്നു, പൊട്ടിച്ചിരിക്കുന്നു...

ഒടുവിലത്തെ ദിനം എത്തിയിരിക്കുന്ന ഭക്ഷണത്തിലോ സ്നേഹിത നെത്തന്നെയോ അയാൾക്ക് ശ്രദ്ധിക്കാൻ സമയമുണ്ടായിരുന്നില്ല. നിറഞ്ഞൊഴുകുന്ന സ്നേഹസമ്പന്നരുടെ മുന്നിലൂടെ പലവട്ടം നടന്നു. ചക്രക്കസേരയിൽ ഇരുത്തി അയാളെയും കൊണ്ട് ബന്ധുക്കൾ പോകാൻ തുടങ്ങുമ്പോൾ മുതിർന്ന നഴ്സ് വിളിച്ചുപറഞ്ഞു.

"വിശാൽ ആശുപത്രിപ്പാസ് നിങ്ങളുടെ കയ്യിലാണ്. അത് മടക്കിത്തരൂ...."

അവർ ആവശ്യപ്പെട്ടത് മടക്കി കൊടുക്കുമ്പോഴും കൈലാസിനെ നോക്കി. സ്വാതന്ത്ര്യത്തിന്റെ തീനാമ്പുകൾ പാറുന്ന അയാളുടെ മിഴികൾ അകലെയെവിടെയോ ആണ്. ആത്മാർത്ഥതയുള്ള ഒരു സുഹൃത്തിനെ പിരിയുന്നത് അയാളിലും വിഷമമുണ്ടാക്കിയിട്ടുണ്ടാവണം. കൈലാസിന്റെ പിതാവ് എന്നെ വിളിച്ചു.

"വിശാൽ... നീ ഞങ്ങളുടെ കൈലാസിനെ വളരെ നന്നായി നോക്കി. നിന്നെക്കുറിച്ച് എന്റെ കൂടെ ജോലി ചെയ്യുന്നവർക്കും നല്ല മതിപ്പായിട്ടുണ്ട്. അടുത്തതായി നിനക്കു വേണ്ട രോഗികളെയൊന്നും ലഭിച്ചിട്ടില്ലെങ്കിൽ എന്റെ സുഹൃത്തിന്റെ അച്ഛൻ ആശുപത്രി യിലാണ് നീ അയാളുടെ കെയർടേക്കർ ആവണം."

മൗസിമാരെ നിർത്തുന്നതുപോലെ പുരുഷരോഗികൾക്കൊപ്പം പരിചരിക്കാൻ ആളെ നിർത്താറുണ്ട്. അങ്ങനെയുള്ള ഒരാളായിട്ടാണ് അവരെല്ലാം തന്നെ കണ്ടിരുന്നത് !

പരിചരണത്തിന്റെ കൂലി കണക്കു നോക്കാതെ ഒരു കെട്ടായി കയ്യിൽവച്ചുതന്നിട്ട് കൈലാസിനോടൊപ്പം അദ്ദേഹം ലിഫ്റ്റിൽ കയറിക്കഴിഞ്ഞു.

തിളങ്ങുന്ന കണ്ണാടിയിലൂടെ എത്തിനോക്കി കൈലാസ് പുഞ്ചിരിച്ചു.

" ഏയ് വിശാൽ.... താങ്ക്സ്.... "

ലിഫ്റ്റ് അടഞ്ഞുതുടങ്ങുമ്പോൾ അയാൾ വിളിച്ചു പറഞ്ഞു.

ലിഫ്റ്റ് അവരെല്ലാം ഉള്ളിലാക്കി താഴേക്ക് ഉതിർന്നു പോകുന്നത് കമ്പിയഴികൾക്കിടയിലൂടെ നോക്കി, ചുണ്ടിന്റെ ബലപ്രയോഗത്താൽ വരുത്തിയ പുഞ്ചിരിയോടെ ഞാൻ നിന്നു.

ഇടയ്ക്ക്, ഫോണിൽ കൈലാസിന്റെയോ അയാളുടെ പിതാവിന്റെയോ നമ്പറുകൾ തെളിഞ്ഞപ്പോളൊന്നും എടുക്കാൻ തോന്നിയില്ല. എങ്കിലും സന്ദർശനസമയം നോക്കി വീണ്ടും ആശുപത്രിയിലേക്ക് പോയിരുന്നു. ഒരിക്കൽ മാഡം ഡിസൂസയെ സുഷമതായിയുടെ അരികിൽ കണ്ടപ്പോൾ ആശ്ചര്യം തോന്നി.

"വിശാൽ നീ പറഞ്ഞ രണ്ട് രോഗികളെ കാണാൻ ഞാൻ പല തവണ വന്നിട്ടുണ്ട്. ഒരാൾ...കൈലാസ് നേരത്തെ ആശുപത്രി വിട്ടിരിക്കുന്നു അല്ലേ..."

ചുരുങ്ങിയ വാക്കുകളൊഴിച്ചാൽ അവർ അധികം ഒന്നും തന്നെ സംസാരിച്ചില്ല.

എല്ലാം അറിഞ്ഞിരുന്ന തായി ഹൃദയം നിറഞ്ഞ് ചിരിച്ചുകൊണ്ട് കിടന്നു. അവർക്ക് ആരെയും വിഡ്ഢികളാക്കാൻ കഴിയില്ല. ഇനിയും എതെങ്കിലും ഒരു സന്ദർശന സമയത്ത് അവിടെയെത്താം എന്ന് കരുതി മടങ്ങിയത് മാഡം ഡിസൂസക്ക് അവിടെനിന്നും എന്തെങ്കിലും ലഭിച്ചുകൊള്ളട്ടെ എന്നുകരുതിയാണ്....

2

ട്രാക്ക്

അലറിവിളിച്ചും പുക തുപ്പിയും ഇടയ്ക്കു ദീർഘനിശ്വാസങ്ങളുതിർത്തും പായുകയായിരുന്ന നേത്രാവതി പൂനെ സ്റ്റേഷനിൽ നിന്നു. കാത്തുകിടപ്പു നീളുന്നത് മറ്റേതോ വണ്ടി കടന്നു പോകാനുള്ളതിനാലാണെന്ന് വെളിയിലേക്കു നോക്കി മനസ്സിലാക്കിയതാണ്.

ബോംബെ പ്രതീക്ഷിച്ചത്ര പ്രശ്നമുള്ള സ്ഥലമല്ലെങ്കിലും പാലക്കാട് കടന്നപ്പോൾ മുതൽ അന്യമായിപ്പോയ പച്ചവിരിച്ച ജന്മനാട്ടിലേക്ക് തിരികെയെത്തണമെന്ന് മാത്രമേ മനസ്സിലുണ്ടായിരുന്നുള്ളൂ. താനെ സ്റ്റേഷനിൽ നിന്നും അളിയൻ യാത്രയാക്കിയതു മുതൽ വലിയൊരാശ്വാസം നെഞ്ചിൽ സ്ഥാനം പിടിച്ചിട്ടുണ്ട്.

അടക്കമില്ലാത്ത കുറച്ചധികം ശബ്ദം കേട്ടപ്പോഴാണ് ഉറക്കത്തെ പൂർണ്ണമായി ഉപേക്ഷിച്ച് താഴേക്ക് നോക്കേണ്ടി വന്നത്. നീല പ്രതലത്തിൽ വീണുകിടക്കുന്ന കൊച്ചു രൂപത്തെ ദയനീയത നിറഞ്ഞ ഞെട്ടലോടെയാണ് കണ്ടത്. പത്തു വയസ്സിനുമേലെ പ്രായം തോന്നിക്കാത്ത എല്ലുന്തിയ ഇരുനിറത്തിലുള്ള രൂപം... മനുഷ്യന്റെ കുട്ടിതന്നെയായിരുന്നു. ജീവിതചക്രത്തിലൊരിക്കലും എണ്ണ കണ്ടിട്ടില്ലാത്ത മുടിയും ഒട്ടിയ കവിളുകളും വേഷവിധാനങ്ങളും അവന്റെ 'ഐഡന്റിറ്റി' വെളിപ്പെടുത്താൻ ധാരാളമായിരുന്നു. തൊഴിച്ചോ ഉന്തിയോ വീഴ്ത്തിയിട്ടിരിക്കുകയാണ്.

മാന്യതയുടെ ലോകത്തിൽ വിഹരിക്കുന്നവർ 'റിസേർവ്ഡ് ' സീറ്റുകളിൽ ഇരുന്നും കിടന്നും അവനെ പരിഹസിക്കുന്നു. കുറച്ചു നിമിഷങ്ങളോളം നീണ്ടുപോയ ആ നിശ്ചലദൃശ്യം മനസ്സിന്റെ ആഴത്തിൽ രക്തം കിനിയുന്ന മുറിവുണ്ടാക്കി. ചിരികൾ തുടർന്നുകൊണ്ടിരുന്നു. ഉയരത്തിലെ കിടപ്പിടത്തിൽ എണീറ്റിരുന്ന് വീണ്ടും വീക്ഷിച്ചു. നിസ്സഹായതകളിൽ കൈമുട്ടുകൾ ഊന്നി അവൻ ആരെയൊക്കെയോ പകയോടെ നോക്കുന്നു.

എപ്പോഴോ പെയ്ത മഴയുടെ തിരുശേഷിപ്പുകൾ നേത്രാവതിയുടെ അകത്തളത്തെയും ആശ്ലേഷിക്കാതിരുന്നില്ല. പലഹാരപ്പൊതികളും ഭക്ഷണത്തിന്റെ അവശിഷ്ടങ്ങളും കുപ്പായം ഊരി തുടച്ചെടുത്തു വരികയായിരുന്നു അവൻ. പോകുമ്പോഴും കണ്ടു, കുറച്ചു കുട്ടികൾ തീവണ്ടിയിലെ വൃത്തികേടുകൾ നീക്കിക്കളഞ്ഞു കൈനീട്ടും. സന്മനസുള്ളവർ നൽകുന്ന നാണയത്തുട്ടുകൾക്ക് വേണ്ടിയാണ് ഈ അദ്ധ്വാനം.

തൊട്ടടുത്ത കമ്പാർട്ട്മെന്റിൽ നിന്നും കടന്നുവന്ന മറ്റൊരു കുട്ടി കൂട്ടുകാരനെ നോക്കി. കൈപിടിച്ച് അവനെ എണീപ്പിക്കുമ്പോൾ പറഞ്ഞ സാന്ത്വനവാക്കുകൾ ഏതു ഭാഷയിലാണെന്ന് മനസ്സിലായിരുന്നില്ലെങ്കിലും ഹൃദയ വിചാരങ്ങൾ സുപരിചിതങ്ങളായിരുന്നു.

പോകാൻ തുടങ്ങുന്ന അവരെ മുകളിലിരുന്നുകൊണ്ട് വിളിച്ചു. കീശയിൽ നിന്ന് മുമ്പ് തന്നെ എടുത്തു പിടിച്ചിരുന്ന പത്തുരൂപാ നോട്ടിനൊപ്പം ഒരെണ്ണം കൂടി എടുത്തു. നോട്ട് അർദ്ധനഗ്നനായ അപമാനിതന്റെ കയ്യിൽ സാന്ത്വനത്തോടെ വച്ചുകൊടുക്കുമ്പോൾ അവന്റെ മുഖത്ത് പടർന്നു പിടിച്ച ദുഃഖം കണ്ടില്ലെന്ന് നടിക്കാൻ താഴെ, സീറ്റുകളിലിരുന്ന എല്ലാവർക്കും കഴിഞ്ഞു.

കീശയിൽ ശബ്ദിക്കാൻ തുടങ്ങിയ നോക്കിയാ ഫോണിനെ സമാധാനിപ്പിച്ചുകൊണ്ട് ജനമധ്യത്തിലെ മാന്യമുഖം സംരക്ഷിക്കേണ്ടിവന്നു എനിക്ക്.

അപമാനിതനായ കുട്ടി കണ്ണുനീർ തുള്ളികളെക്കൂടി അഴുക്കു നിറഞ്ഞ കുപ്പായത്തിലേക്ക് ഒപ്പിയെടുത്തു. തൊട്ടടുത്ത സ്ഥലങ്ങളിൽ

നിന്നും തുടച്ചു വരികയായിരുന്ന കുന്നുകൂടിക്കിടക്കുന്ന മാലിന്യ ങ്ങൾക്കുമേൽ പ്രതിഷേധിച്ചു ചവിട്ടി നടന്നകലുമ്പോൾ പലരുടെയും വസ്ത്രങ്ങളിൽ ചെളി തെറിച്ചു. ഞാൻ ചിരി മനസ്സിലൊതുക്കി താഴേ ക്കിറങ്ങി വന്നപ്പോഴേക്കും എല്ലാവരുടെയും മുമ്പിൽ നിന്നും രക്ഷപ്പെട്ട് ട്രാക്കുകൾക്കിടയിലൂടെ അവനും ചങ്ങാതിയും ഓടിയകന്നിരുന്നു. ചെളി തുടയ്ക്കുന്നതിനിടയിൽ ജാള്യത കലർന്ന മുഖവും കോപത്താൽ ചുവന്ന കണ്ണുകളും അടക്കി നിറുത്താൻ തൊട്ടുമുമ്പിലെ സീറ്റിലിരുന്ന ഒരാൾ പാടുപെട്ടു.

തീവണ്ടി ട്രാക്കിൽ വിശ്രമം തുടർന്നു കൊണ്ടിരുന്നു.

അപ്പുറത്തുള്ള ഏതെങ്കിലും കുറ്റിക്കാടിനു മറുപുറത്ത്.... സ്റ്റേഷനു സമീപമുള്ള തെരുവോരത്ത്.... അമ്മയുടെ ചാരത്ത്... അതുമല്ലെങ്കിൽ ഞൊറിവു കെട്ടിയ വയറും താങ്ങി മറ്റേതെങ്കിലും കമ്പാർട്ട്മെന്റിലെ മാലിന്യങ്ങളോട് വിശപ്പുമാറ്റാൻ പൊരുതി... കണ്ണുകൾ മനസ്സിനൊപ്പം പുറത്തേക്കു പാഞ്ഞു.

പെണ്ണുങ്ങളുടെയും കുട്ടികളുടെയും കൗതുകം നിറഞ്ഞ ബഹളം കേട്ടാണ് ശ്രദ്ധ തിരിച്ചുവന്നത്. ഹിന്ദിയും മറാത്തിയും കലർന്ന സംഭാഷണവും മുന്നിട്ടുനിൽക്കുന്നു. അടുത്തിരുന്നു യാത്ര ചെയ്തിരുന്നവരെല്ലാം ബഹളംകേട്ട ഭാഗത്തേക്ക് എത്തിനോക്കി. എന്റെ വിശിഷ്ടമായ ദാനധർമ്മം അവർക്കാർക്കും ഇഷ്ടപ്പെടാ ത്തതുകൊണ്ട് മാത്രം അവരോടൊപ്പം എത്തിനോക്കാൻ അഭിമാനം എന്നെ അനുവദിച്ചില്ല.

കുപ്പിവളകൾ പൊട്ടിച്ചിതറുന്നതുപോലുള്ള ചിരികൾ കൂടി വരികയാ ണ്. ഏതാനും നിമിഷങ്ങൾ ആകാംക്ഷയടക്കി നിശ്ചലനായിരുന്നുവെ ങ്കിലും ബഹളംകേട്ട ഭാഗത്തെ ലക്ഷ്യമാക്കിയിട്ടില്ല എന്നു വരുത്തി മുമ്പോട്ടു നടക്കുന്നതിനിടയിൽ ഞാനത് കണ്ടെത്തി.

ആഘോഷപൂർവ്വമായി ഒരു വാനരക്കുട്ടി വലതുവശത്തെ ജനാല യിൽ ഇരിപ്പുറപ്പിച്ചിരിക്കുന്നു.

ഉലക്കപോലെ നീണ്ടുരുണ്ട ഏത്ത പഴങ്ങൾ, പേരയ്ക്ക, സപ്പോട്ട..... അങ്ങനെ പലതും വളരെ സൗമ്യതയോടെ അസാമാന്യ വേഗത്തിൽ അകത്താക്കുന്നു. താരതമ്യേന സ്വാദുകുറഞ്ഞ ചപ്പാത്തി കഷ്ണങ്ങൾ പുറത്തേക്ക് വലിച്ചെറിയുന്നുമുണ്ട്. ഓടിയെത്തുന്ന മനുഷ്യക്കുഞ്ഞുങ്ങൾ ബലിച്ചോറെടുക്കാൻ ശിവക്ഷേത്രത്തിന്റെ പരിസരത്തെത്താറുള്ള കാക്കകളെ ഓർമ്മപ്പെടുത്തി.

മുഖം കഴുകാൻ വെള്ളമെടുത്ത് കണ്ണാടിക്കരികിൽ നിൽക്കുമ്പോൾ മനോഭാവങ്ങളുടെ കപടതയ്ക്കുള്ളിൽ മരവിക്കുന്ന സാഹചര്യങ്ങളെ വെറുപ്പോടെ ചിരിച്ചുതള്ളി. പൈപ്പിൽ നിന്നെടുത്ത ക്ലോറിന്റെ മണം മുന്തിനിൽക്കുന്ന ജലം മുഖത്തേക്ക് തല്ലിയൊഴിച്ചു. കാഴ്ചയിൽ വന്നുപെട്ട വിഷമങ്ങളെയും ക്ലോറിൻ ശുദ്ധീകരിക്കുമോ? തിരികെയുള്ള നടത്തത്തിൽ കണ്ണട മുഖത്തു തിരികെ വച്ചു.

സകലരുടെയും സ്നേഹാദരങ്ങൾ പിടിച്ചെടുത്ത് എന്റെ സീറ്റിൽ ഇരിപ്പുറപ്പിച്ചിരിക്കുന്ന കുട്ടിവാനരനെ കണ്ടപ്പോൾ അടിമുടി വിയർത്തു. എന്താണ് എല്ലാവർക്കും പറ്റിയത്?

സ്കൂളിൽ പരിണാമവാദത്തെക്കുറിച്ച് മന:പാഠമാക്കിയിട്ടുണ്ടെങ്കിലും ഒന്നും വിശ്വസിച്ചിട്ടില്ല. എന്തുകൊണ്ടോ ഡാർവിനോടും പരിണാമ സിദ്ധാന്തങ്ങളോടും എന്നും പുച്ഛമായിരുന്നു. വാനരന്റെ വാലുമുറിഞ്ഞാൽ നരൻ ഉണ്ടാവുകയേ...പിന്നെന്തിനാണ് അച്ഛനും അമ്മയും? പൂർവ്വകാലത്തിന്റെ സ്മരണ പുസ്തകത്തിൽ ഒരു ഒൻപതാം ക്ലാസുകാരൻ പരിണാമവാദം പഠിപ്പിച്ചു കൊണ്ടിരുന്ന ക്ലാസ്സിൽ നിന്നും ഇറങ്ങിപ്പോകുന്നു. ആർക്കും മനസ്സിലാക്കാൻ കഴിയാത്ത പ്രകൃതമായിരുന്നു അന്നും... അനന്യമായ ജീവിത ശൈലികളിലിന്നോളം കണ്ടും കേട്ടും മാത്രമേ വിധികളെഴുതിയിട്ടുള്ളൂ. വിധിയുടെ ഒഴുക്കിൽപ്പെട്ടു നീങ്ങുന്നതിൽ പ്രത്യേകതകളൊന്നുമില്ല.

ട്രാക്കിനു മുൻഭാഗത്ത്, ശകടാസുരന്റെ തലയ്ക്കൽ നിന്നും സൈറൺ മുഴങ്ങുന്നത് കേട്ടിട്ടാവണം വാനരക്കുട്ടി പുറത്തേക്ക് പാഞ്ഞു. അടുത്ത പാളത്തിന്റെ നിശ്ചലയെ കീറിമുറിച്ച് കാത്തുകിടന്നിരുന്ന

വണ്ടി കടന്നുപോയി.

തീവണ്ടിക്ക് നേരിയ അനക്കം വച്ചു. സീറ്റിൽ ഇരിക്കാൻ മടിച്ചു നിൽക്കുമ്പോൾ ചുറ്റുമിരുന്നിരുന്നവർ എന്തോ പറഞ്ഞു ചിരിക്കുന്നത് കേട്ടു.

വീട്ടിൽ പട്ടിയേയും പൂച്ചയേയും മടിയിൽവച്ച് താലോലിക്കുമ്പോൾ ഭാര്യയും ചിരിക്കാറുണ്ടായിരുന്നു. സഹയാത്രികർക്ക് അതറിയില്ലല്ലോ .

ബർത്തിൽ കഴിയാമെന്ന് കരുതി കമ്പിയിൽ ചവിട്ടാൻ തുടങ്ങുമ്പോൾ പ്ലാറ്റ്ഫോമിലെ ടാപ്പിനു മുന്നിൽ ഞാൻ തിരഞ്ഞ കുട്ടി! അവൻ അഴുക്കുപുരണ്ട കുപ്പായം കഴുകിക്കുടയുകയാണ്.

ടെലിവിഷനിൽ ആഫ്രിക്കൻ ഭൂഖണ്ഡത്തെ ദൃശ്യവത്കരിക്കുന്ന ചാനലുകളുടെ ക്യാമറകണ്ണുകൾ വെള്ളത്തിനായി മത്സരിക്കുന്ന,ട്രാക്കിലെ ചപ്പാത്തി കഷ്ണങ്ങൾ തൊണ്ടയിൽ കുടുങ്ങിയ ബാല്യങ്ങളെ കാണാതിരിക്കുമോ... അഥവാ കണ്ടിട്ടും എന്തിനാണ്?

പൊതുടാപ്പെങ്കിലും അവർക്ക് നൽകിയ ഭരണകൂടമേ സ്വസ്തി!

മൂന്ന് ഇരുമ്പു ദണ്ഡുകൾ മാത്രമുള്ള ഗോവണിപ്പടിയിൽ നിന്നും മനസ്സിനൊപ്പം കാലും ഇടറി. വഴുതിപ്പോയ ഹാസ്യപാത്രത്തെ ഗൗനിക്കാൻ ലഭിച്ച വിശിഷ്ടാവസരം നഷ്ടപ്പെടുത്താൻ സഹയാത്രികർ ഒരുക്കമായിരുന്നില്ല. അവർ ചിരിച്ചു... കുപ്പിവളകൾ പിന്നെയും ചിലച്ചു... സാധുക്കൾ!

ശകടവീരന്റെ പ്രയാണം വീണ്ടും തുടങ്ങി.

ട്രാക്കിലൂടെ മെല്ലെ ഇഴയുന്നതിനിടെ പൊട്ടിപ്പൊളിഞ്ഞ പുരാതനമായ മറ്റൊരു ശാഖയിലൂടെ പൂനെയിലെ അനാഥക്കുട്ടികൾ ഓടിക്കളിക്കു

ന്നു. നേത്രാവതിയുടെ വേഗത വർദ്ധിച്ചപ്പോൾ സമാധാനിച്ചു. തകർന്ന ട്രാക്കിലെങ്കിലും അവർ കളിക്കാറുണ്ടല്ലോ!

നിമിഷങ്ങൾക്കുള്ളിൽ അന്യമായിപ്പോയേക്കാവുന്ന ചില മുഖങ്ങൾ മനസ്സിൽ ഉണങ്ങാത്ത മുറിവുണ്ടാക്കിയിരിക്കും എന്ന് ഇടയ്ക്കെപ്പോഴോ തോന്നിയിരുന്നു. കണ്ണുകൾ ഇറുക്കിയടച്ച് യാത്ര തുടർന്നു. പുറത്ത് കാഴ്ചകൾ... സംഭവങ്ങൾ... പലയിടത്തുനിന്നും പെരുമ്പറ കൊട്ടുന്നു. അതിലൊക്കെ പെട്ടും പെടാതെയും പല സഞ്ചാരികൾ പലപല ദേശങ്ങളിലേക്ക് യാത്ര തുടരുന്നു.

൭

രഘുവരൻ ഒരു മാസത്തെ ഗൃഹാതുരം നിറഞ്ഞ ദിനങ്ങളിൽ നിന്നും രക്ഷപ്പെട്ടുകൊണ്ട് അമ്മയുടെ മാറിലണഞ്ഞ കുഞ്ഞിനെപ്പോലെ ദീർഘമായി നിശ്വസിച്ചു.

തീവണ്ടി പല സ്റ്റേഷനുകളിലും നിർത്തുകയും വിശ്രമിക്കുകയും യാത്ര അവസാനിപ്പിച്ചവരെ ഇറക്കുകയും ബന്ധങ്ങളിലേക്കും കടമകളിലേക്കും തിടുക്കംകൂട്ടി വരുന്നവരെ ഏറ്റെടുക്കുകയും ചെയ്തുകൊണ്ടിരുന്നു.

എന്തോ, അയാൾക്ക് ഏറ്റവും പ്രിയമായിരുന്ന യാത്രയിലെ കാഴ്ചകളോട് ആവേശം നഷ്ടപ്പെട്ടിരുന്നു. യാത്ര അവസാനിക്കുവാൻ ഇനിയും വളരെയേറെ മണിക്കൂറുകൾ ബാക്കിയുണ്ടെങ്കിലും, നാട്ടിലെത്താൻ തിരക്കുണ്ടെങ്കിലും, അസഹനീയമായ ചില ദൃഷ്ടികളിൽ നിന്നും മോചിതമായ ഒരിടവേള അതുവരെ മാത്രമാണെന്നത് വാസ്തവമാണ്.

ഭാര്യയായിരുന്നവൾ പുനർവിവാഹം നടത്തിയതിന്റെ പരിഹാസങ്ങൾ നാട്ടിൽ ഉയർന്നു തുടങ്ങിയപ്പോഴാണ് ഒരു യാത്ര അനിവാര്യമാണെന്ന് തോന്നിയതും ബോംബെ നിവാസിയായ പെങ്ങളുടെ അരികത്തേക്ക് പുറപ്പെട്ടതും.

നിയമ നടപടികൾ നടന്നുകൊണ്ടിരിക്കുന്നതിനും മുമ്പ് തന്നെ അനഘ മാതാപിതാക്കൾക്കരികിലേക്ക് തിരിച്ചു പോയിരുന്നു. ഒന്നര വർഷം നീണ്ടുനിന്ന ദാമ്പത്യത്തിൽ രഘുവരനും അനഘയും എന്നും അന്യരായിരുന്നെങ്കിലും അവർ ഒന്നായിരിക്കണമെന്ന് ആഗ്രഹിച്ച ഇരു ഭാഗത്തെയും ബന്ധുക്കൾ അനുനയിപ്പിക്കാൻ നോക്കിയതാണ്.

നാട്ടുനടപ്പു പോലെ ബന്ധം ഒഴിഞ്ഞാൽ പരസ്പരം ഉന്നയിക്കേണ്ട ആരോപണങ്ങൾക്ക് പ്രത്യേകിച്ച് വിഷയങ്ങളൊന്നും ഉണ്ടായിരുന്നില്ലെങ്കിലും പിന്നെന്തിനാണ് ഒരു വേർപ്പെടലിന്റെ ആവശ്യമെന്ന് കോടതി തീരുമാനം വരുന്നവരെ രഘുവരൻ ചിന്തിച്ചിരുന്നില്ല.

വീട്ടുകാർ തന്നെ തീരുമാനിച്ച മറ്റൊരു വിവാഹത്തിന് അനഘ തയ്യാറെടുത്തുകൊണ്ടിരിക്കുന്നത് അറിഞ്ഞപ്പോൾ മാത്രമാണ് ഉള്ളിൽ കുറ്റബോധം വളർന്നുതുടങ്ങിയത്.
ആരെയും ശ്രദ്ധിക്കാൻ മറന്നുപോയ നാളുകൾ എന്താണ് തനിക്ക് നേടിത്തന്നതെന്ന് അയാൾ ചിന്തിച്ചു. അനാവശ്യമായി തന്റെ കാര്യങ്ങളിൽ ഇടപെടുന്ന ആളായിരുന്നില്ല അനഘ എന്നുപോലും സമാധാനിക്കാതെയാണ് ഒരുമിക്കാൻ കഴിയുന്നില്ലെങ്കിൽ പിരിയാമെന്ന തീരുമാനത്തിൽ പുതിയ' ട്രെന്റ് ' പോലെ എത്തിപ്പെട്ടത്.

കൂടെ ജോലി ചെയ്തിരുന്ന മോൻസി പറഞ്ഞാണ് അനഘ വിവാഹിതയായ കാര്യം മറ്റുള്ളവർക്കൊപ്പം രഘുവരനും അറിഞ്ഞത്. അങ്ങനെ ഉയർന്നുവന്ന പരിഹാസത്തിനൊടുവിൽ ഒരു പരാജിതനും കഴിവുകെട്ടവനുമായി സ്വയം താഴ്ത്തിയ രഘുവരൻ നാടുവിടേണ്ട പഴഞ്ചൻ രീതികളോട് ചേർന്നു പോകാതിരിക്കാൻ മാത്രം ഒരു നീണ്ട യാത്രയിൽ എല്ലാം ഒതുക്കി.

മടങ്ങിയെത്തുന്ന തന്നെക്കാത്ത് പഴയതിന്റെ തുടർച്ചകളുണ്ടാകുമെന്ന് അയാൾക്കറിയാം.

ഉറക്കം വരാതെ പൂട്ടിയടച്ചിരുന്ന കണ്ണുകളെ തുറന്ന് രഘുവരൻ താഴേക്കു നോക്കി. തീവണ്ടിയുടെ രാക്ഷസതാളത്തിന്റെ വിസ്മൃതി

യിലേക്ക് വഴുതിവീണവർ സീറ്റുകളിലും ബർത്തകളിലും ഉറക്കം പിടിച്ചിരിക്കുന്നു. മറ്റുള്ളവരേക്കാൾ ആഴത്തിൽ നീന്താൻ ഇനിയെന്നെങ്കിലും ആവുമോ?

ഒരുപാട് പ്രതീക്ഷകളും സ്വപ്നങ്ങളും പേറിയ ചുറ്റുമുള്ളവരെക്കുറിച്ച് ചിന്തിച്ചു തുടങ്ങിയപ്പോൾ ഉത്തരവും അയാൾ തന്നെ കണ്ടെത്തിക്കഴിഞ്ഞു.

ചുരുങ്ങിയ ദിവസങ്ങൾകൊണ്ടാണെങ്കിലും ആരെക്കാളും ആഴങ്ങളിലേക്ക് മുങ്ങി നീന്താൻ താൻ പഠിച്ചിരിക്കുന്നു. അതുകൊണ്ടായിരിക്കണം കുപ്പിവളകൾ ചിതറിയ നേരത്ത് ചിരിക്കാൻ കഴിയാതെ പോയതും...

3

നിലാവിനെ കാത്ത്

റെയിൽവേ സ്റ്റേഷന്റെ പ്രവേശനകവാടത്തിനു വലതുവശത്തിരുന്ന കുട്ടി കലയോടെ പോളീഷിടുന്നത് കണ്ടാണ് പ്രത്യേകിച്ചു തിരക്കുകളൊന്നുമില്ലാതിരുന്ന ശിവാജി അവനെ ശ്രദ്ധിച്ചത്. വലതുകൈകൊണ്ട് മിനുക്കുമ്പോഴും അജ്ഞാതമായ ഏതോ ശക്തിയെ വലിച്ചടുപ്പിക്കുന്ന പോലെ യാന്ത്രികമായി അവൻ ഇടതുകയ്യും ഒപ്പം നീക്കുന്നുണ്ട്. അവസാനമില്ലാത്ത ജനപ്രവാഹത്തിനിടയിലെ പല ഭാഷക്കാരും ദേശക്കാരും വേഷക്കാരും അവനെ കടന്ന് തീവണ്ടിയിൽ കയറിപ്പറ്റാനും തീവണ്ടിയിൽ നിന്ന് മോചനം നേടിയും തിടുക്കത്തിൽ സഞ്ചരിച്ചുകൊണ്ടിരുന്നു.

പരിചയക്കാരോടു പോലും പിശുക്കോടെ ചിരിച്ചുകൊണ്ടു നീങ്ങിയവരിൽ അധികമാരും തന്നെ സംസാരിച്ചിരുന്നില്ല. എങ്കിലും വഴിയോരവിൽപ്പനക്കാർ ജനശ്രദ്ധയ്ക്കുവേണ്ടി ശബ്ദങ്ങൾ, വായകൊണ്ടും ഓരോ പുറങ്ങളിൽ തട്ടിയും ഉണ്ടാക്കി. അധികം സംസാരിക്കാതെ, ആത്മാർത്ഥതയോടെ ചെയ്യുന്ന തൊഴിലിനു പ്രതിഫലമായി കിട്ടിക്കൊണ്ടിരുന്ന നാണയങ്ങൾ അതിന്റെ മൂല്യം നോക്കാതെ തൊഴുതുകൊണ്ട് കീശയിലിട്ടു വീണ്ടും കാത്തിരിക്കുന്ന അവൻ ശിവാജിയെ ശ്രദ്ധിച്ചതേയില്ല. ഇനിയും വരുന്ന ആരെയെങ്കിലും നോക്കി വടക്കുഭാഗത്തെ ഏക പോളീഷുകാരനായിത്തന്നെ സമയം കളഞ്ഞിരുന്ന അവൻ ഒഴിവുസമയങ്ങളിലെല്ലാം മുന്നിലെ

ഇരുമ്പുതട്ടിൽ താളത്തിൽത്തട്ടി ശബ്ദമുണ്ടാക്കുന്നുണ്ട്. അടുത്തയാളെത്തുന്നതും ഇരുമ്പുതട്ടിൽ കാലുയർത്തിവയ്ക്കുന്നതും മാത്രം അവന്റെ പ്രതീക്ഷകളാണെന്ന് ശിവാജിക്ക് തോന്നി.

സാധാരണക്കാരായ വൃദ്ധരെപ്പോലെതന്നെ ശിവാജിക്ക് ദിവസങ്ങളുടെ നീളം ഏറെയാണെന്ന് തോന്നിത്തുടങ്ങിയിട്ട് കുറേക്കാലമായിരുന്നു. എങ്കിൽ പോലും ഒൻപതുമണി മുതൽ ആറുമണിക്ക് അവൻ അവിടെ നിന്ന് എണീക്കും വരെയുള്ള സമയം തള്ളിനീക്കാൻ ശിവാജിക്ക് പണിപ്പെടേണ്ടി വന്നു. അനാവശ്യമായി അവനെ നിരീക്ഷിച്ച് പരിസരങ്ങളിൽ ചുറ്റിനടന്നു. മുപ്പത്തിയഞ്ചോളം ആളുകളുടെ ഷൂസ് അവൻ അന്ന് മിനുക്കിയിരുന്നു. വാർദ്ധക്യം ഷൂവിനും പിടിപെട്ടതുകൊണ്ടായിരിക്കാം ശിവാജിയുടെ പക്കൽ നിന്നും മുമ്പെന്നോ പോളിഷിട്ട ദിവസം മുഖം ഓർമ്മയില്ലാത്ത ഒരാൾ രണ്ടു രൂപയാണ് വാങ്ങിയത്. രണ്ടുകൊണ്ട് ശിവാജി മുപ്പത്തിയഞ്ചിനെ ഗുണിച്ചു. ഏഴുപതു രൂപ. ദിവസം എഴുപതുരൂപ വരുമാനക്കാരനായ പത്തിനുമേൽ പ്രായം വരാത്ത കുട്ടി!

മുൻകോപക്കാരിയായ മരുമകളിൽ നിന്നും പകലിനെ രക്ഷപ്പെടുത്താൻ ഇറങ്ങിയതായിരുന്നു ശിവാജി പരബ്. മെട്രോ സിനിമാശാലയ്ക്കരികിലൂടെയുള്ള ഇടവഴിയിലൂടെ പോയാൽ ചന്ദൻവാടി കോളനിയിലെത്താം. ചന്ദൻവാടിയിലെ നാലുകെട്ടിടങ്ങളിൽ ഒടുവിലത്തേതിന്റെ മുകളിലത്തെ നിലയിൽ, നീല നിറം പൂശിയ, വാതിൽ സദാ തിരശ്ശീലകൊണ്ട് മറിച്ചിട്ടുള്ള വീടാണ് ശിവാജിയുടേത്. പകൽ നേരങ്ങളിലെല്ലാം ശിവാജിയുടെ വീടിന്റെ ഭരണസാരഥി മരുമകളാണ്- കവിത. കാലങ്ങളായി ശിവാജിയുടെ വീട് എന്ന് ആരും പറഞ്ഞിരുന്നില്ല. കവിതയുടെ വീട് - ചന്ദൻവാടിയിൽ ആർക്കും അറിയാമായിരുന്ന സുന്ദരഭവനം. ഭർത്താവ് വീട്ടിലില്ലാത്ത പകൽ നേരങ്ങളിലൊക്കെ സ്വതവേ അവരുടെ ഉയർന്ന ശബ്ദത്തിന് ശക്തി പിന്നെയും കൂടുതലാണ്. അതുകൊണ്ടുതന്നെ ശിവാജി പകൽ വീട്ടിൽ തങ്ങാറേയില്ല. മരുമകൾ പ്രത്യേകം പറഞ്ഞേൽപ്പിക്കുന്ന ദിവസങ്ങളിൽ ശിവാജി ഗൃഹനാഥനായി വീട്ടിലുണ്ടാകും. ചന്തയിലും മഹിളാസമ്മേളനങ്ങളിലും പോകേണ്ടപ്പോഴും കുട്ടികളുടെ പഠിപ്പുകാര്യങ്ങൾക്കായി വിളിക്കപ്പെടുമ്പോഴും ഇംഗ്ലീഷും ഹിന്ദിയും കലർത്താത്ത

ശുദ്ധമറാത്തിയിൽ സ്വരം താഴ്ത്തി ഓർമ്മപ്പെടുത്തും...
"എനിക്ക് പുറത്തു പോകാനുണ്ട്. അങ്ങ് ഇവിടെത്തന്നെയുണ്ടാവണം."

ഒരേ ഇരുപ്പിലായിരുന്ന പോളീഷുകാരൻ കുട്ടി പുരാതന ഗോപുരങ്ങളുടെ കൊത്തുപണികളിൽ കണ്ണുകളെത്തിപ്പിടിച്ചുകൊണ്ട് എഴുന്നേറ്റു നടന്നുതുടങ്ങി. പ്രധാനവീഥിയിലൂടെ ഇരമ്പിപ്പായുന്ന വാഹനങ്ങൾക്കും ഗതാഗതക്കുരുക്കുകൾക്കും തടസ്സമാകാതെ മടങ്ങുന്ന അവനെ പിന്തുടരണമെന്നുപോലും അയാൾക്ക് തോന്നി. ലക്ഷ്യങ്ങളും തിരക്കുകളും ഇല്ലാത്ത, വഴിവക്കത്തിരുന്ന കുഷ്ഠരോഗികളും അനാഥക്കുട്ടികളും അവനെ ഭക്തിയോടെ ഉറ്റുനോക്കുന്നതും ശിവാജിയുടെ കണ്ണിൽപ്പെട്ടു.

അധികമുള്ള സമയത്തെ കളയുവാനോ ജിജ്ഞാസ കൊണ്ടോ പിറ്റേദിവസം അവനെ അനുഗമിച്ച അയാൾ അപൂർവ്വമായിമാത്രം വാഹനങ്ങളോടുന്ന, തണൽ വൃക്ഷങ്ങൾ നിരന്നു നിന്നിരുന്ന വഴിയിലേക്ക് അവൻ തിടുക്കത്തിൽ നടന്നു തിരിയുന്നത് നോക്കി തളർന്നിരിപ്പായി. ഇനിയും മുന്നോട്ടു പോകാൻ വാർദ്ധക്യത്തിന്റെ പരിമിതികൾ തടസ്സപ്പെടുത്തിയതുകൊണ്ട് അനാവശ്യമായ യാത്ര അവിടെ അവസാനിപ്പിക്കേണ്ടിവന്നു. അവൻ മറയുന്നതുവരെ നോക്കിയിരുന്നു.
പോളിഷു കുട്ടി അകന്നു പോയപ്പോൾ വിഷമം തോന്നി.

ബോധമനസ്സിലേക്ക് തിരികെയെത്തുന്ന നേരങ്ങളിലൊക്കെ മുരടിച്ചു തുടങ്ങിയ ശരീരത്തിലെ പലഭാഗങ്ങളിലും വേദനകൾ പെരുകും. ദിനരാത്രങ്ങളുടെ ഭൂരിഭാഗവും ലഹരി തരുന്ന മുക്തിയിൽ ഒക്കെ മറന്നു കഴിയുകയാണ് പതിവ്.

ജീവിതത്തിന്റെ ഭയാനകമായ വിദൂരതയിലേക്ക് കണ്ണും നട്ടിരുന്നപ്പോൾ നഷ്ടബോധങ്ങളെല്ലാം ഉണർന്നെണീക്കാൻ തുടങ്ങിയതിനെ തളർത്തിക്കളയുവാൻ വേണ്ടി മാത്രം അജ്ഞാതനായ പോളിഷുകുട്ടി നടന്നു നീങ്ങിയ വഴിയിലൂടെ സാവകാശം നീങ്ങി.

ശിവാജിയുടെ വ്യക്തിത്വം അംഗീകാരങ്ങളൊന്നും ലഭിക്കാതെ ശിഥിലമാക്കപ്പെട്ട ഓർമ്മകൾ മാത്രമാണ്. പുഞ്ചിരിയുടെ പൊയ്മുഖവുമായി പോലും അരികിലേക്ക് ആരും എത്തിച്ചേരാനില്ലാതിരുന്നതിന്റെ ദുഃഖം

അർത്ഥശൂന്യമായ പലതും ചെയ്യാൻ അയാളെ നിർബന്ധിച്ചു കൊണ്ടിരുന്നു.

പലപ്പോഴും തെരുവുനായ്ക്കളെ ഭയന്നാണ് രാത്രിനേരങ്ങളിൽ മരുമകളുടെ നാവൊതുങ്ങാത്ത വീട്ടിലേക്ക് ശിവാജി മടങ്ങാറുള്ളത്. അന്നത്തെ സന്ധ്യയിൽ തിരികെ നടക്കാനുള്ള ശേഷി തനിക്കില്ലെന്ന് ശിവാജിക്ക് തോന്നി. പട്ടണത്തിൽനിന്നും അകന്ന സ്ഥലമായതു കൊണ്ടായിരിക്കണം നിശ്ചലത തന്റെ ചുറ്റും തളംകെട്ടി നിൽക്കുന്നതായി കണ്ടെത്തിയത്. വെളിച്ചത്തിനായി മത്സരിച്ചു വളർന്നിരുന്ന മരങ്ങളുടെ കൂടാരം പകർന്നു കൊടുത്തുകൊണ്ടിരുന്ന മനശാന്തിയിൽ ശിവാജി സംതൃപ്തനായിരുന്നു.

ചാരുപുറമില്ലാത്ത സിമന്റ് ബഞ്ചിൽ മെല്ലെ ഇരിക്കുമ്പോൾ ഉപയോഗശൂന്യമായ വണ്ടിച്ചക്രങ്ങൾ കരിയിലകൾക്കൊപ്പം വിശ്രമിക്കുന്നത് കാണാനുണ്ടായിരുന്നു. നീണ്ട പ്രയാണങ്ങൾ ശിരസ്സിലേറ്റിയ ഓർമ്മകൾ അവയ്ക്കുമുണ്ടാകുമോ?

മുഷിഞ്ഞ കുപ്പായത്തിന്റെ കീശയിൽ ശിവാജി പരതി നോക്കി. പ്രതീക്ഷിച്ചിരുന്നതുപോലെ ഒരു തവണത്തേക്കുള്ള മരുന്നുപോലും ശേഷിക്കുന്നില്ല. നുകർന്നുകൊണ്ടിരിക്കുന്ന മനസ്സുഖത്തെ അവസാനിപ്പിച്ചു കളയാനായി ഓർമ്മകളൊന്നും തിരികെയെത്തരുതെന്ന് അയാൾ ആഗ്രഹിച്ചിരുന്നു. എപ്പോഴെങ്കിലും യാത്ര ചെയ്തിരുന്നപ്പോൾ പോലും കണ്ടതായി തോന്നുന്നില്ലാത്ത ആ വിജനത പട്ടണത്തിൽ നിന്നും ഒരുപാട് അകലെയല്ലാത്തതിൽ ശിവാജി അത്ഭുതപ്പെട്ടു. നടന്നെത്താൻ കഴിയുന്ന ഒരു ദൂരം മാത്രമാണ് അവിടേക്കുള്ളത്.

അന്നുരാത്രി സമപ്രായക്കാരായ എല്ലാവരെയും അസൂയപ്പെടുത്തും വിധത്തിൽ ഉറക്കഗുളികകളുടെയോ വേദനാസംഹാരികളുടെ പോലുമോ സഹായമില്ലാതെ ഗാഢമായ ഒരു ഉറക്കത്തിലാണ് ശിവാജി പ്രവേശിച്ചത്.

ഉണർന്നനേരത്ത് മുഖം മൂടിയിരുന്ന ചെളിപുരണ്ട തൂവാല അയാൾ മുഖത്തുനിന്നും എടുത്തുമാറ്റി. സമയം അറിയാനുള്ള ആകാംക്ഷയിൽ കൈത്തണ്ട തിരിച്ചു നോക്കി. വാച്ച് പണ്ടേ നഷ്ടപ്പെട്ടിരുന്ന കാര്യം ആ നിമിഷം ശിവാജി മറന്നു പോയിരുന്നു. കൈത്തണ്ടയിൽ തെളിഞ്ഞു നിന്നിരുന്ന ഉണങ്ങിയ ചെറിയ കുത്തുകളിലേക്ക് അയാൾ നോക്കി.

ഒരു രാത്രി കഴിഞ്ഞുപോയിരിക്കുന്നു.

പ്രധാനവീഥിയിലേക്ക് നടക്കുമ്പോൾ തലേദിവസം ഉറങ്ങുന്ന നേരം മറന്നുകളഞ്ഞ പോളിഷുകുട്ടിയെക്കുറിച്ചോർത്തു. പതിവു സ്ഥലത്തേക്ക് പോകാനായി അവൻ വരുന്നുണ്ടോ എന്ന് ഇടയിലെല്ലാം തിരിഞ്ഞു നോക്കുന്നുണ്ടായിരുന്നു. പക്ഷെ സ്ഥിരമായി ആ തൊഴിലിൽ ഏർപ്പെട്ടിരിക്കുന്നവനായിരിക്കുമോ അവൻ എന്നുറപ്പിക്കാൻ ശിവാജിക്കു കഴിയാത്തത് രണ്ടു ദിവസങ്ങൾക്കു മുമ്പുവരെ അവനെ ശ്രദ്ധിച്ചിരുന്നില്ല എന്നതുകൊണ്ടായിരുന്നു. ഇനിയൊരു കാത്തുനിൽപ്പിനു പ്രസക്തിയില്ലാത്തതുകൊണ്ടു മാത്രം അയാൾ തിരികെ നടന്നുതുടങ്ങി.

ഒഴുകി നീങ്ങുന്ന, പേരുപോലുമറിയാത്ത പുതുതലമുറയിലെ വാഹനങ്ങൾക്കൊപ്പം, കാലങ്ങളോളം മുരണ്ടിട്ടും ശബ്ദം തെളിയാത്ത ട്രക്കുകളും ശിവാജിയെ കടന്നുപോയി. ജനത്തിരക്ക് വീഥികളിൽ കുറവുള്ളിടത്തുവച്ചുപോലും അയാളെ ആരും ശ്രദ്ധിച്ചില്ല. പട്ടണത്തിന്റെ പ്രധാന ഭാഗങ്ങളോടടുക്കുമ്പോൾ കോൺക്രീറ്റ് കെട്ടിടങ്ങളുടെ എണ്ണവും വലിപ്പവും വഴിക്കിരുവശവുമുള്ള തിരക്കുകളും വർദ്ധിച്ചു.

ഇനിയും മുന്നോട്ടുനടക്കാനുള്ള ശക്തിയില്ലെന്ന് തോന്നിയ മാത്രയിൽ പൂത്തുനിൽക്കുന്ന ഒരു മാവിന്റെ തായ്ത്തടിയിൽ ചാരി ശിവാജി നിന്നു. വെറുതെയാണെന്ന് തോന്നിയിട്ടും കുപ്പായക്കീശളെ അയാൾ പരിശോധിച്ചു. ഒരു തവണത്തേക്കുള്ള മരുന്നെങ്കിലും ഞരമ്പുകൾവഴി മസ്തിഷ്ക്കത്തെ ഉത്തേജിപ്പിച്ചിരുന്നെങ്കിൽ... ഹൃദയം മിടിപ്പ് വർദ്ധിപ്പിച്ച് അതിന്റെ പ്രവർത്തനം അവസാനിപ്പിക്കാൻ പോകുന്നതുപോലെ... കൺപോളകൾക്കുള്ളിൽ നിയന്ത്രണം വിട്ട് നേത്രഗോളങ്ങൾ പലദിക്കുകളിലേക്കും ഉരുണ്ടു മറിഞ്ഞു. നെറ്റിത്തടത്തിലൂടെ ഒഴുകിയിറങ്ങിയ വിയർപ്പുകണങ്ങൾ കഴുത്തിലെ വലിഞ്ഞുമുറുകിയ ഞരമ്പുകളുടെ അരികുചേർന്ന് നെഞ്ചിലേക്ക് പിടഞ്ഞൊഴുകി. ജീവൻ മരണത്തോട് മല്ലിടുന്നപോലെ.

ശിവാജി നിലവിളിച്ചില്ല. വഴിവക്കിലെ തണലിൽ അയാളിരുന്നു. ആ നിഴൽ പൊതുജനത്തിലെ ഏതൊരാൾക്കും പോലെ അയാൾക്ക്കൂടി അവകാശപ്പെട്ടതായിരുന്നു. നഗരത്തിലെ കോളേജിൽ പ്രൊഫസറാ

യിരുന്ന വ്യക്തിത്വമാണ് പെരുവഴിയിൽ ശരണമർപ്പിച്ചിരിക്കുന്നതെന്ന് കണ്ടാലാർക്കും തോന്നില്ല. അടുത്തറിയാവുന്നവർക്കൊഴികെ മറ്റാരും തിരിച്ചറിയാനാവാത്ത വിദൂരതയിലേക്കായിരുന്നു അത് വഴിമാറി സഞ്ചരിച്ചത്. വിദ്യ ദാനം ചെയ്തിരുന്നയാൾ എല്ലാം മറന്ന് ഭിക്ഷയ്ക്കിറങ്ങുന്നതുവരെയുള്ള രണ്ടുകാലഘട്ടങ്ങൾ തമ്മിലുള്ള സാരമായ അന്തരം!

ശിക്ഷവാങ്ങി പോലീസ് സ്റ്റേഷനിലെ ഒഴിഞ്ഞ കോണിലിരിക്കുന്ന കുറ്റവാളിയെപ്പോലെ അങ്ങേയറ്റം അനുസരണയുള്ളവനായി ശിവാജിയുടെ മുഖം ദയനീയതയോടെ ഇനിയും വിടരാനിരിക്കുന്ന പകലിന്റെ മിഴികളെ ഉറ്റുനോക്കി. പകലുകൾ പ്രയോജന രഹിതങ്ങളാണെന്നുള്ള സ്വന്തം കണ്ടെത്തലിനെക്കുറിച്ച് പോലും അയാൾ ആ നിമിഷം മറന്നിരുന്നു. തലമുറകൾ തമ്മിലുള്ള ആശയയുദ്ധത്തിൽ ആയുസ്സിന്റെ മുഴുവൻ സത്തയും വച്ച് അടിയറവു പറയുന്ന ഒട്ടനവധി വൃദ്ധർ അയാളുടെ സ്വാതന്ത്ര്യത്തോട് പലപ്പോഴും മൗനമായിക്കൊണ്ട് ഐക്യദാർഢ്യം പ്രഖ്യാപിച്ചിരുന്നു.

കുതിച്ചുപായുന്ന വാഹനസഞ്ചയത്തിലേക്ക് കണ്ണുംനട്ടിരിക്കുന്നതിനിടെ എപ്പോഴോ ശിവാജി വീണ്ടും ജീവനുള്ളവനായി. നടത്തം തുടങ്ങി കുറച്ചു കഴിഞ്ഞപ്പോൾ ചുറ്റും വാഹനങ്ങളെ കണ്ട് ഭയന്നു. അവയുടെയെല്ലാം മധ്യേയാണ് തന്റെ സഞ്ചാരമെന്ന് തിരിച്ചറിഞ്ഞപ്പോൾ ഫൂട് പാത്തിനെ ലക്ഷ്യമാക്കി നടന്നു. ഒരു പടി മുകളിലുള്ള ഫൂട് പാത്തിലേക്ക് കാലുയർത്തി വെച്ചപ്പോൾ വലിഞ്ഞുമുറുകിയ ഞരമ്പുകൾ അസ്ഥിയോടൊട്ടിയ ശരീരത്തിൽ ചുവപ്പുകലർന്ന പച്ച നിറത്തിലുള്ള രേഖകൾ വരച്ചിട്ടിരിക്കുന്നത് കാണാമായിരുന്നു.

അലറിവിളിച്ചു പായുന്ന തീവണ്ടികളെ നോക്കി നടന്ന ശിവാജി പ്രവേശനകവാടത്തിനെതിരെ എത്തിയപ്പോൾ പോളിഷ്കുട്ടി യഥാസ്ഥാനത്തിരിക്കുന്നുണ്ട്. തിരതല്ലുന്ന ജനസാഗരത്തിൽ നിന്നും അവന്റെ മിഴിയെത്തിനിൽക്കുന്നത് ഇന്ന് തന്റെ മുഖത്തേക്കാണെന്നത് ശിവാജി പ്രത്യേകം ശ്രദ്ധിച്ചു.

ചെയ്തിരുന്ന ജോലി പാതിവച്ചു നിറുത്തി എതിർദിശയിൽ നിൽക്കുന്ന വൃദ്ധനെ നോക്കിക്കൊണ്ടിരിക്കുന്നതിന് അരികിൽ നിന്നിരുന്ന മാന്യൻ

അവനോട് കയർത്തു സംസാരിച്ചു. അയാളുടെ ഇടതുകാൽ ഇരുമ്പുതട്ടിൽ ഉയർത്തിവച്ചിരിക്കുകയാണ്. വൃദ്ധന്റെയരികിലേക്ക് നടന്നു നീങ്ങിയ അവനെ നോക്കി അയാൾ ആ നില തുടർന്നു.

ഇളകി വരുന്ന ജനസാഗരം പലവട്ടം തട്ടി മാറ്റിയിട്ടും അകലെ നിന്നിരുന്ന വൃദ്ധനിൽ നിന്നും അവന്റെ ലക്ഷ്യം മാറിയില്ല. നിഷ്കളങ്കമായ ഒരു പരിചയഭാവം കണ്ണുകളിൽ അവശേഷിപ്പിച്ചു കൊണ്ടുവന്നത് നഷ്ടപ്പെടുത്താതെ പോളീഷുകുട്ടി ചോദിച്ചു.

"എപ്പോഴാണ് ഉണർന്നത്?"

" അധികനേരമായില്ല " ശിവാജി പറഞ്ഞു.

അവന്റെ കൈകളിൽ പോളിഷും ചെളിയും കലർന്ന മിശ്രിതം കനത്തിൽ പറ്റിയിരുന്നത് പുലർച്ചെ തന്നെയുള്ള അദ്ധ്വാന വിവരം വെളിപ്പെടുത്തി. ആളുകളെ തട്ടിമാറ്റി ദേഷ്യത്തിൽ വന്ന മാന്യൻ അവന്റെ ചെവിക്കു പിടിച്ചു കൊണ്ടുപോയി. ചിലർ അത് ശ്രദ്ധിച്ചു. എന്നാൽ അതിനേക്കാളേറെ ആളുകൾ ശ്രദ്ധിക്കാതെയും പോയി. പെട്ടെന്നുണ്ടായ ഒരു ഞെട്ടലിൽ ശിവാജിയുടെ തൊണ്ടയിൽ നിന്നുമുയർന്ന നിലവിളി പുറപ്പെട്ടതിനേക്കാൾ വേഗത്തിൽ നിലച്ചു. കാലുകൾ മടക്കി ഇരിക്കുന്ന കുട്ടിയുടെ മുന്നിൽ ഇടതുകാൽ വീണ്ടും ഉയർത്തിവച്ച് അയാൾ നിന്നു. യാന്ത്രികമായി അവൻ മിനുക്കുമ്പോഴും ശ്രദ്ധ ശിവാജിയിലായിരുന്നു.

പോളിഷ്കുട്ടിയിൽ നിന്നും രക്ഷപ്പെട്ടു പോകുന്ന മാന്യനെ ശിവാജി ഉറക്കെ വിളിച്ചു.

"ഏയ് സാബ്...."

അങ്ങനെ ഒരുപാടുപേർ വിളിക്കപ്പെടുന്നതുകൊണ്ടാവാം അയാൾ തിരിഞ്ഞു നോക്കിയില്ല.

"പോളിഷ്കുട്ടിക്ക് പൈസ കൊടുത്തിട്ട് പോയാൽ മതി."

വൃത്തിയുള്ള തുകൽസഞ്ചി തോളിലിട്ടിരുന്ന അയാൾക്കരികിലേക്ക് നാടകീയമായി എത്തിയ ശിവാജിയോട് അയാൾ ശബ്ദം വളരെ താഴ്ത്തി പരുഷസ്വരത്തിൽ പറഞ്ഞു.

"തെരുവു തെണ്ടികൾക്ക് സമയത്തിന്റെ വില അറിയില്ല. താനും ആ പയ്യനും കൂടി പാഴാക്കിയത് എന്റെ വിലപ്പെട്ട ഓഫീസ് സമയമാണ് .

അവന്റെ കൂലിയുടെ നൂറിരട്ടിയല്ല എനിക്ക് നഷ്ടമായത്. അതുകൊണ്ട് ഞാൻ അവനു പണം കൊടുക്കില്ല. ന്യായമായി വേലചെയ്യുന്നവർക്ക് ഒരിക്കലും പണം കൊടുക്കാതെ ഞാൻ മടങ്ങിയിട്ടുമില്ല. രാവിലെ മറ്റു ള്ളവരെ ശല്യപ്പെടുത്താതെ കഴിയുന്ന ഏതെങ്കിലും ജോലി ചെയ്ത് ജീവിച്ചുകൂടേ തനിക്കും? വെറുതെ പാഴാക്കി കളയുന്നത് തിരിച്ചെടുക്കാ നാവാത്ത സമയമാണ്."

"സമയം ഒരിക്കലും തിരിച്ചുവരാതിരിക്കട്ടെ സാബ്. ഓരോ നിമിഷങ്ങളും അതിൽത്തന്നെ സ്വാതന്ത്ര്യം നേടി പോകട്ടെ. എന്നെയും താങ്കളെയും, ലോകത്തുള്ള എല്ലാവരെയും വിട്ട്... കോടികളെ വിട്ട്. ഇരുപത്തിനാലിന്റെ കോടി ഗുണിതങ്ങൾ പറന്നകലട്ടെ. അല്ലെങ്കിൽ സമയത്തിനു ഭ്രാന്ത് പിടിക്കും. പ്രത്യേകിച്ച് സമയത്തിന് വേണ്ടി നെട്ടോട്ടമോടുന്നവർക്കിടയിൽ ഇരുന്നാൽ."

"തന്നോട് സംസാരിച്ചു ജയിക്കാൻ എനിക്ക് അറിയാഞ്ഞിട്ടല്ല."

യാതൊരു ജാള്യതയും കൂടാതെ മറുവാക്കു പറഞ്ഞുകൊണ്ടിരിക്കുന്ന വൃദ്ധനെ നോക്കി മുഴുവനാക്കാത്ത വാചകവുമായി ആ മനുഷ്യൻ ജനസാഗരത്തോട് ചേർന്നു.

ബസ് കാത്തിരിപ്പുകേന്ദ്രത്തിലെ സീറ്റിന്റെ ദണ്ഡിലിരിക്കുമ്പോൾ അയാൾക്കരികിൽ പോളിഷ്കുട്ടിയുമുണ്ട്.

"രാവിലെ ഉറങ്ങുന്നത് കണ്ടപ്പോൾ വിളിക്കാൻ തോന്നിയില്ല ഇന്നലെ ഇവിടെ വച്ച് അങ്ങയെ കണ്ടതായിരുന്നല്ലോ. എന്നിട്ടെങ്ങനെ അവിടെ എത്തി? ഉണർന്നിവിടേക്ക് തിരികെ വന്നത് തനിച്ചാണോ? "

"തനിച്ചാണ്."

ശിവാജി മറുപടി പറഞ്ഞു കഴിഞ്ഞപ്പോൾ നിറഗംഭീരമായ പരസ്യ ത്തിനു താഴെ ചൂടു കാപ്പി വിറ്റുകൊണ്ടിരിക്കുന്ന ആളുടെ അരികിൽ നിന്നും രണ്ട് ബ്രൂകോഫികൾ വാങ്ങുന്നതിനായി അവൻ പോയി.
വിൽപ്പനക്കാരൻ അവനെ മനപൂർവ്വം ഒഴിവാക്കുന്നതും കയ്യിൽ വച്ചു കൊടുത്ത നാണയത്തുട്ടുകൾ എണ്ണിനോക്കിയിട്ടു മാത്രം കാപ്പി പകർന്നു കൊടുക്കുന്നതും ശിവാജി കണ്ടു.

"ഞാൻ കാപ്പി കുടിക്കാറില്ല."

തന്റെ പതിവ് വെളിപ്പെടുത്തിയപ്പോൾ അവന്റെ കണ്ണുകളിലെ തിളക്കം നഷ്ടപ്പെട്ടുപോകും എന്നാണ് ശിവാജി കരുതിയത്. പക്ഷെ യാതൊരു ഭാവവ്യത്യാസവും അവിടെ സംഭവിച്ചില്ല.

"വാങ്ങിത്തന്നത് നീ ആയതുകൊണ്ട് മാത്രം എന്റെ പതിവു ഞാൻ തെറ്റിക്കാം."

അവരിരുവരും ഓരോ താളത്തിൽ ബ്രൂ കോഫി നുകർന്നുകൊണ്ടിരിക്കുമ്പോൾ മാലിന്യങ്ങളുടെ മുകളിലൂടെ തിരക്കിട്ടുവന്ന എലികളിൽ ചിലത് കാലുകളിൽ ചുറ്റി കുപ്പത്തൊട്ടിയിലേക്ക് പാഞ്ഞുപോയത് കുട്ടിത്തം വിടാത്ത ആകാംക്ഷയോടെ ശിവാജി നോക്കിക്കൊണ്ടിരുന്നു. എലികളെക്കൂടാതെ നായ്ക്കളും കാക്കകളും തെരുവുകുട്ടികളും കറുത്തതും വെളുത്തതുമായ പന്നികളും ഒരുമയോടെ അതിൽനിന്ന് ഓരോന്നും ശേഖരിച്ചു വിശപ്പിനെ കൊന്നുകളഞ്ഞു.

"എന്റെ മരുമകൾ കവിത എല്ലാദിവസവും കാപ്പി ഉണ്ടാക്കാറുണ്ട്. പക്ഷെ പുതുമോടി കഴിഞ്ഞതിനുശേഷം അവൾ എനിക്കായി കാപ്പിയെന്നല്ല, ഒന്നും ഉണ്ടാക്കിത്തന്നിട്ടില്ല."

പുതുമോടിയെക്കുറിച്ചും കുടുംബത്തെക്കുറിച്ചും അവനെന്തെങ്കിലും മനസ്സിലാകുമോ എന്നു ശിവാജിക്ക് സംശയമുണ്ടായിരുന്നു. എങ്കിലും മനസ്സിന്റെ തുറവിയോടെ നിന്നിരുന്ന അവന് എഴുപതിന്റെ ദുഃഖങ്ങളെക്കൂടി ഉൾക്കൊള്ളാനുള്ള പക്വതയുണ്ടെന്ന് അയാൾക്ക് തോന്നി.

കാപ്പി കുടിച്ചതിന്റെ ചുവന്ന ഗ്ലാസ്സ് കൈകൊണ്ട് അമർത്തിച്ചുരുട്ടി കുപ്പത്തൊട്ടിയുടെ ഒഴിഞ്ഞ ഒരു കോണിലേക്ക് അവൻ എറിഞ്ഞു.

പോളിഷുകുട്ടിക്കു നേരെ ചിരിച്ചിട്ട് ശിവാജി യാത്രപറഞ്ഞു പിരിഞ്ഞു. മറുപടിച്ചിരിയുമായി നിഷ്കളങ്കത വിടാതെ, വൃദ്ധൻ പോയവഴി നോക്കിനിൽക്കുമ്പോൾ അയാളെക്കാത്ത് ആരെങ്കിലുമുണ്ടായിരിക്കും എന്ന് അവൻ വിചാരിച്ചിരുന്നിരിക്കണം.

ചില നിരാലംബരുടെ മുഖങ്ങൾ മനസ്സിലേക്ക് വന്ന നിമിഷത്തിൽ ചെയ്തിരുന്ന ജോലിയെക്കുറിച്ച് അവൻ ബോധവാനായി. വിശന്നു മരിക്കാതിരിക്കാൻ എത്തിച്ചേരുന്ന റൊട്ടിക്കഷണങ്ങളെക്കുറിച്ചു മാത്രം സ്വപ്നം കണ്ടു ജീവിക്കുന്ന ചിലർ...

ഒരു കാപ്പി പകർന്നുകൊടുത്ത ഊർജ്ജത്തിൽ ശിവാജി മുന്നോട്ടു നയിക്കപ്പെട്ടു. വഴിയിലെ പല തടസ്സങ്ങളിലും തലയിടിച്ചപ്പോഴൊക്കെ നെറ്റിത്തടം വേദനയറിഞ്ഞിരുന്നു. ചിലപ്പോഴൊക്കെ മുറിവുണ്ടാവുകയും രക്തം പൊടിയുകയും ചെയ്തു.

ചന്ദൻവാടിയിലെത്തിയപ്പോൾ ശരവേഗത്തിലായ ശിവാജി മരുമകളുടെ അധികാരസീമ കടന്ന് ഉള്ളിലെത്തി. തന്റേതെന്ന് അവകാശപ്പെടാവുന്ന, അധികം ഉയരമോ വീതിയോ ഇല്ലാതിരുന്ന പഴയ പെട്ടി തുറന്നു. കാലിയായ കുറച്ചു കുപ്പികൾ അതിൽ അവശേഷിച്ചിരുന്നു. ചിതറിക്കിടന്നിരുന്ന നാണയത്തുട്ടുകൾ കൂട്ടിവച്ച് എണ്ണി നോക്കിയത് ഒരു കുപ്പി മരുന്നിനുള്ളത് തരപ്പെടുമെന്ന് വിചാരിച്ചാണ്. ആ നാണയത്തുട്ടുകൾ അതിന്റെ വിലയുടെ പകുതിയിലേക്ക് പോലും എത്തുന്നതായിരുന്നില്ല.

കുറെ നിമിഷങ്ങൾക്കപ്പുറം പുറത്തുപോയി തിരിച്ചുവരികയായിരുന്ന കവിത വീടിനുള്ളിൽ പലതും മറിഞ്ഞു വീഴുന്നതറിഞ്ഞു.

" ആളില്ലാത്ത സമയം നോക്കി വരും. ബാങ്ക്അക്കൗണ്ട് തുറന്നിട്ടില്ലായിരുന്നെങ്കിൽ ഒക്കെ കട്ടോണ്ട് പോകുമായിരുന്നു. ഇവിടെ അന്നന്നത്തെ കാര്യം കഴിയുന്നത് എങ്ങനെയാണെന്ന് വല്ല ചിന്തയും ഉണ്ടായിരുന്നെങ്കിൽ ഈ വക അഭ്യാസങ്ങളൊന്നും കാട്ടില്ലായിരുന്നു."

കവിത അലറിക്കിതച്ചു നിൽക്കുമ്പോൾ അവളുടെ വലിയ മാറിടം ഉയർന്നുതാണുകൊണ്ടിരുന്നു. ഓടിക്കയറിവന്ന കോണിപ്പടികളൊക്കെയും അവളെ നോക്കി ഭയന്നിട്ടുണ്ടാവും.

കീറിയ കുപ്പായത്തിലെ കീശയിൽ നിന്നും ശിവാജിയുടെ തുരുമ്പിച്ച താക്കോൽ നിലത്തു വീഴുന്നതുവരെയുള്ള നിശബ്ദതയെ ഭേദിച്ച് അവൾ പിന്നെയും പറഞ്ഞു.

"നേരവും കാലവും ഒന്നുമില്ല. പകൽ നടക്കുന്ന വഴിയിലെവിടെയെങ്കിലും രാത്രി ചുരുണ്ടുകൂടിക്കിടന്നുകൂടെ? ഒരു പെൺകുട്ടിയുള്ളതിനെ ബോർഡിംഗ് സ്കൂളിലാക്കണമെന്ന് തീരുമാനിച്ചിരിക്കുകയാണ്. കയറില്ലാത്ത ആടിനെപ്പോലെതന്നെയാണ് രീതികളൊക്കെ. ആർക്കും ഉപകാരമൊന്നും ചെയ്തില്ലെങ്കിലും ഭയപ്പെടുത്താതിരുന്നുകൂടെ?"

മരുമകളുടെ വാക്കുകളിലും ചില ശരികളുണ്ടെന്ന് ശിവാജി മനസ്സിൽ മാത്രം സമ്മതിച്ചു. പകൽ മുഴുവൻ അലഞ്ഞുനടക്കുന്ന പ്രയോജനരഹിതമായ വാർദ്ധക്യം! സാമ്രാജ്യത്തിലെ അധികാരം മുഴുവൻ അസ്തമിച്ച നാളുകളിലോ, മകനെ ഭർത്താവുദ്യോഗക്കാരൻ മാത്രമാക്കി മരുമകൾ മാറ്റിയപ്പോഴോ... എന്നായിരുന്നു താൻ ശിവാജി പരമ്പിന്റെ പഴയ രൂപം ഉപേക്ഷിച്ചതെന്ന് അയാൾക്കോർമ്മയില്ല.

കവിത എന്നും അങ്ങനെയാണ്. നാവിന് യാതൊരു നിയന്ത്രണവുമില്ല. സത്യമായാലും അസത്യമായാലും ഓരോന്ന് പുലമ്പിക്കൊണ്ടിരിക്കും. പ്രപഞ്ചത്തിലുള്ളതൊക്കെ അവളെ അസ്വസ്ഥയാക്കുന്നു. ജീവനുള്ളതിനോടും ഇല്ലാത്തതിനോടുമൊക്കെ അവൾ യുദ്ധമുണ്ടാക്കുന്നു. അവൾ അങ്ങനെയാണെന്ന് അംഗീകരിച്ചു കൊടുത്താൽ അതും തന്റെ ബലഹീനതയായി അവൾ തെറ്റിദ്ധരിക്കുമെന്ന് അയാൾക്കറിയാമായിരുന്നു. ആരും അവളോട് അധികം സംസാരിക്കാത്തത് ഉണ്ടാവാനിടയുള്ള ഓരോ യുദ്ധങ്ങളും ഒഴിവാക്കാനാണെന്ന് തിരിച്ചറിയാതെ വിജയിയായി അവൾ ജൈത്രയാത്ര തുടരട്ടെ. അതിനൊക്കെ ഏതെങ്കിലും അഗ്നിപർവ്വതം പൊട്ടിയൊഴുകുംവരെ മാത്രമേ ആയുസ്സുണ്ടാവുകയുള്ളുവെന്ന് ശിവാജി വിശ്വസിച്ചിരുന്നു.

ആത്മഗതങ്ങൾ അവസാനിപ്പിച്ച് പടികളിറങ്ങുന്ന വൃദ്ധനോടായി ചന്ദൻവാടിയിലെ ബ്ലോക്ക് നാലിന്റെ രണ്ടാം നിലയിൽ നിന്നുകൊണ്ട് കവിത വാക്പ്രഹരം തുടർന്നു.

"ഇനിയൊരിക്കലും കയറിവന്നില്ലെങ്കിലും സന്തോഷം........"

വഴിയിൽ ആളുകൾ വരിയായി നിൽക്കുന്ന എടിഎമ്മിനു മുന്നിൽ ഒരു നിമിഷം ശിവാജി നിന്നു. കഴിഞ്ഞമാസം കിട്ടിയ പെൻഷൻ തുക

മുഴുവനായി തീർന്നുപോയത് മാസത്തിലെ പകുതി ദിനങ്ങളെ ത്തുന്നതിനും മുമ്പായിരുന്നു എന്ന് അയാളോർത്തു.

ജോലിവിട്ടതിന്റെ ആദ്യനാളുകളിൽ ലക്ഷങ്ങൾ നീക്കിയിരുപ്പ് ഉണ്ടാ യിരുന്നതാണ്. ചില വർഷങ്ങളിൽ കൂടി അതങ്ങനെതന്നെ ഉണ്ടായിരുന്നു. പിന്നീട് കനം കുറഞ്ഞു കുറഞ്ഞ്... മാസത്തിലെത്തുന്ന പെൻഷൻ തുക മാത്രം അതിൽ തിരിഞ്ഞു കളിക്കുന്നു.

പിന്നെയും ശിവാജി അലഞ്ഞതിന്റെ ഇടയിൽ കാലുകൾ വിറയ്ക്കു കയും പേശികൾ തളരുകയും ചെയ്തവേളകളിലൊക്കെ അയാൾക്ക് ആവശ്യമുള്ളത് ലഭിക്കുന്നയിടങ്ങൾ പലയിടത്തും ഉണ്ടായിരുന്നു. എല്ലായിടത്തും കടലാസുപണത്തിന്റെ വിലപേശലുകൾ നടക്കുന്നതിനാൽ അവിടേക്കെല്ലാം കടന്നുചെല്ലാൻ അയാൾക്കു കഴിയാതെപോയി.

റെയിൽവേ സ്റ്റേഷന്റെ പരിസരത്തെത്തിയപ്പോൾ ഇളകിനിൽക്കുന്ന അശോകമരത്തിന്റെ ചുവട്ടിലിരുന്നത് പോളിഷ് ചെയ്തിരുന്ന കുട്ടി അവിടെത്തന്നെയുണ്ടോ എന്ന് നോക്കിയതിനു ശേഷമായിരുന്നു.

അവൻ തന്റെ ജോലിയിൽ വ്യാപൃതനാണെന്ന് ശിവാജി കണ്ടു.

അരികത്തു ചെന്നാൽ തന്റെ എല്ലാക്കാര്യങ്ങളും അറിയുംവരെ അവനെങ്കിലും സംസാരിക്കാതിരിക്കില്ലെന്ന് അയാൾ ആശ്വാസംകൊണ്ടു.

വെയിലുറച്ച നേരത്ത് ഉരുകി നീങ്ങുന്ന മനുഷ്യക്കോലങ്ങളുടെ എണ്ണം കുറഞ്ഞിരിക്കുന്നു. ഇറ്റു ജലത്തിനുള്ള മാർഗ്ഗമൊന്നുമില്ലാത്ത നായ്ക്കൾ അണച്ചുകൊണ്ട് പാഞ്ഞുനടക്കുകയും തളർന്നവ കിടന്നുറങ്ങുകയും ചെയ്യുന്നുണ്ട്. ആളുകളെയൊന്നും ലഭിക്കാതെവന്ന നേരത്ത് പോളിഷ്കുട്ടി തന്റെ പണിയായുധങ്ങൾ അടുക്കിവെച്ച് വലുതായി നിശ്വസിച്ചു. ഉയർത്തുവാൻ കഴിയാത്ത ഭാരമേറ്റിത്തളർന്ന ഒരു നിശ്വാസമായിരുന്നു അത്. പുറംതിരിഞ്ഞിരിക്കുന്ന ശിവാജിയുടെ അരികിലെത്തി അവൻ സമയം ചോദിച്ചു. തിരിഞ്ഞുനോക്കിയപ്പോൾ അയാളുടെ മുഖം കണ്ട് അവൻ അത്ഭുതപ്പെട്ടു.

"അങ്ങ് ഇവിടെത്തന്നെ ഉണ്ടായിരുന്നോ....ഞാൻ വിചാരിച്ചു പോയിക്കാണുമെന്ന്."ശിവാജി മറുപടിയൊന്നും പറഞ്ഞില്ല. അവന്റെ മുഖത്ത് നോക്കാൻ അയാൾക്ക് ലജ്ജതോന്നി.

ഉച്ചയുടെ മൂർച്ചയിൽ വെള്ളം കിട്ടാതെ കാക്കകളും വെയിലിന്റെ കാഠിന്യത്തെ പേടിച്ച മനുഷ്യരും തണലും കുളിരും തേടി പോയ നേരത്ത്, തേടിവന്ന വിശ്രമത്തെക്കുറിച്ചു മറന്ന് പോളിഷ്കുട്ടി ശിവാജി യോട് സംസാരിച്ചു.

" ഇന്ന് ആളുകൾ വളരെ കുറവായിരുന്നു."

അവൻ പറഞ്ഞത് തൊഴിലിനെക്കുറിച്ചാവുമെന്ന് ഊഹിച്ച് ശിവാജി മറുപടി പറഞ്ഞു.

"ഭാഗ്യമില്ലാത്തവരെ കൂട്ടുപിടിച്ചാൽ അങ്ങനെയൊക്കെ സംഭ വിക്കും."

"അതൊന്നുമല്ല. ഇടയ്ക്ക് ഇതൊക്കെ പതിവുള്ളതാണ്."

"ഷൂ പോളിഷ് ഇടേണ്ട ആവശ്യമുള്ളപ്പോഴല്ലേ ആളുകൾ അത് ചെയ്യൂ."

" അല്ല... ഞാൻ വെറുതെ ഓരോന്നു ചിന്തിച്ച്... "

തുടക്കവും ഒടുക്കവുമില്ലാത്ത ഒരു വാചകം അവസാനിപ്പിച്ച വൃദ്ധന്റെ മുഖത്തെ എല്ലാഭാവങ്ങളെയും നോക്കി അരികിൽ അവനി രുന്നു.

വൈകുന്നേരം വഴിയോരത്ത് ആൾത്തിരക്കേറിയ നേരത്ത്, ഇരുളെത്തുന്നതിനും മുമ്പേ പോകാൻ തിടുക്കം കാട്ടിയ കുട്ടിയോട് അയാൾ പറഞ്ഞു.

" പേടിയാണെങ്കിൽ കൂട്ടിന് ഞാനുമിരിക്കാം. പകൽ കിട്ടിയതി നേക്കാൾ പണം നിനക്ക് ലഭിക്കുകയും ചെയ്യും."

തനിക്ക് പേടിയേയില്ലെന്ന് പറഞ്ഞ് സഞ്ചി തോളിലിട്ട് പോകാനൊരു ങ്ങുന്ന കുട്ടിയെക്കുറിച്ച് അറിയണമെന്ന് ശിവാജിക്ക് തോന്നിയെങ്കിലും ചോദിക്കാതിരുന്നത് മറുപടിയായി എന്തെങ്കിലും അവൻ ചോദിച്ചാലോ എന്നു ഭയന്നാണ്.

"ജീവിക്കാൻ വേണ്ടി മാത്രമുള്ളതേ സമ്പാദിക്കാവൂ."

"ഇന്നത്തേക്കുള്ളതു ധാരാളമായി. ഇനിയും കുറെ കാര്യങ്ങളുണ്ടെ നിക്ക്. ഞാൻ നാളെയും വരും. നാളത്തേക്കുള്ളത് സമ്പാദിക്കാൻ...."

പലഹാരങ്ങൾ വിൽക്കുന്ന കടയിൽ നിന്നും റൊട്ടിയുടെ കൂടുമായി അവൻ തിരികെവന്നപ്പോൾ മടക്കയാത്രയിൽ തനിക്കും ചേരണമെന്ന ശിവാജിയുടെ ആഗ്രഹത്തെ തളർത്തുകയോ പ്രോത്സാഹിപ്പിക്കുക യോ ചെയ്തില്ല.

"അങ്ങയുടെ പേര്? "

"ശിവാജി."

"വീട്ടിൽ പോകാറില്ലേ?"

"ഉണ്ട്."

"ഇന്ന് പോകുന്നില്ലേ? "

"എന്നും വീട്ടിൽ പോകണമെന്നുണ്ടോ? എനിക്കു തരപ്പെടുമ്പോൾ മാത്രം ഞാനവിടേയ്ക്ക് പോകും. ഞാൻ സൂചിപ്പിച്ചിരുന്നല്ലോ... എന്നെ ക്കാത്ത് ആ വീട്ടിൽ ആരുമില്ല. "

"എന്നോട് ക്ഷമിക്കണം. ഞാൻ ക്ഷമ ചോദിക്കുന്നു."

തലേന്നത്തെ അതേ സ്ഥലത്തുവച്ച് തന്നെ ശിവാജി തളർന്നു. അയാൾ ശക്തിയായി കിതച്ചു. ഹൃദയം വാരിയെല്ലുകളിലേക്ക് എത്തിപ്പിടിച്ച് കുതിച്ചുകൊണ്ടിരുന്നു.

"അങ്ങേയ്ക്ക് എന്താണ് പറ്റുന്നത്?"

" ഒന്നുമില്ല കുട്ടീ. ഞാനിങ്ങനെയാണ്. ഇടയ്ക്ക് മരിക്കും പിന്നെയും ജീവിക്കും. നീ നടന്നോളൂ എനിക്കൊന്നുമില്ല. ഇന്നു ഞാനിവിടെത്ത ന്നെ ഉറങ്ങും. "

സഞ്ചിക്കുള്ളിലെ കുപ്പിയിൽ അവശേഷിച്ചിരുന്ന കുറച്ചു വെള്ളം അവൻ ശിവാജിയുടെ മുഖത്ത് തളിക്കുകയും കുടിക്കാനായി നൽകുകയും ചെയ്തു. തൊണ്ടയിൽ മുറുകിയ പേശികൾ വെള്ളത്തെ കീഴ്പ്പോട്ടിറക്കാതെ ഒഴുക്കിക്കളഞ്ഞു. ആദ്യമായി അങ്ങനെയൊരു

പ്രതിസന്ധിയിൽ അകപ്പെട്ടുപോയ അവന് ശിവാജിയെ വഴിയിൽ ഉപേക്ഷിച്ചു പോകാൻ മനസ്സുവന്നില്ല.

" നീ പൊയ്ക്കോളൂ... രാത്രിയിൽ നിന്നെ കാണാതെ വീട്ടിലുള്ളവർ വിഷമിക്കും..."

വീണ്ടും എന്തെങ്കിലും പറയുന്നതിന് ശ്രമിക്കാതെ പോകുവാൻ ആംഗ്യത്തിലൂടെ അയാൾ നിർദ്ദേശിച്ചു കൊണ്ടിരുന്നു.

ഇരുളിന്റെ കനത്താൽ അധികം ദൂരത്തു ചെല്ലുമ്പോൾ ശിവാജിയെ കാണാൻ കഴിഞ്ഞിരുന്നില്ല. ആ രാത്രി അയാളെ തനിച്ചാക്കി പോകാൻ പോളിഷ്കുട്ടി ഭയപ്പെട്ടിരുന്നു. എങ്കിലും കാത്തിരിക്കുന്ന മുഖങ്ങൾക്കരികിലെത്താൻ തിടുക്കത്തിൽ അവൻ ഓടി. പലപ്പോഴും കാലുകൾ നിലത്ത് വയ്ക്കുന്നതു പോലും അറിയാതെ.

ശിവാജിക്ക് മാരകമായ ഏതോ രോഗമുണ്ടെന്ന് ഓട്ടത്തിനിടയിൽ അവൻ ചിന്തിച്ചു. മരണവെപ്രാളം കാണിക്കുന്ന അയാൾ പുലർച്ചെ താൻ തിരിച്ചെത്തുമ്പോൾ ജീവനോടെ അവിടെ കാണുകയില്ലേ എന്നു പോലും അവനു സംശയിക്കേണ്ടിവന്നു.

ഉറങ്ങാൻ കഴിയാതിരുന്ന ഒരു രാത്രിയെ തള്ളിനീക്കി അവൻ പതിവിലും നേരത്തെയാണ് ഇറങ്ങിയത്.
ബെഞ്ചിനു താഴെ വീണുകിടന്നിരുന്ന ശിവാജിയെ അകലെ വച്ചുതന്നെ പുലരിയുടെ ചെറുകിരണങ്ങളിൽ പ്രതിഫലിച്ചു കണ്ടപ്പോൾ ആദ്യം ഭയന്നു. മന്ദഗതിയിൽ ഉയർന്നുതാഴുന്ന നെഞ്ച് അടുത്ത്, വ്യക്തമാകും വരെ ഭയം തുടരുകയും ചെയ്തു.

പകൽ ശുദ്ധമായി തെളിവുകളും ശിവാജിക്കു കാവലായി അവൻ അടുത്തിരുന്നു. ശിവാജിയോട് അവൻ ചോദിച്ചു.

" സത്യത്തിൽ അങ്ങയുടെ രോഗം ഏതാണ്? "

ഉറക്കത്തിൽ നിന്ന് ഉണർന്നതേയുള്ളതിനാൽ ആ ചോദ്യം അയാൾ കേട്ടില്ല. കുറച്ചുകഴിഞ്ഞ് അതേ ചോദ്യം അവൻ ആവർത്തിച്ചു.

"എനിക്കൊരു രോഗമുണ്ടെന്ന് നിന്നോട് ആരാണ് പറഞ്ഞത്?"

മന്ദഹാസത്തോടെ അയാൾ അരികിലെ ബഞ്ചിൽ കയറിയിരുന്നു.

"എനിക്കറിയാം. അങ്ങ് ഒരു രോഗിയാണ്. ഇന്നലെ ഞാൻ കണ്ടതാണ്. എന്നോട് കള്ളം പറഞ്ഞ് രക്ഷപ്പെടാൻ ശ്രമിക്കേണ്ട."

കാത്തിരിപ്പിനൊടുവിൽ മറുപടിയൊന്നും ലഭിക്കാതായപ്പോൾ പിണങ്ങാതെയും ഒരു വാക്ക് കൂടുതലായി ഉരിയാടാതെയും അവൻ നടന്നു നീങ്ങി. പണിയായുധങ്ങളുടെ സഞ്ചിയുംപേറി യാത്രയാകുന്ന അവന് ഒരു മറുപടി കൊടുക്കാൻ ശിവാജിക്ക് സാധിക്കുമായിരുന്നില്ല, അവൻ എത്ര പക്വതയുള്ള മനസ്സുള്ളവനായാലും.

പട്ടണത്തെ വിട്ട് സന്ധ്യകളിൽ, അത്ര ദൂരം താണ്ടി ആ ചെറിയ കുട്ടി എവിടേക്കായിരിക്കും യാത്രയാകുന്നത്?നടന്ന വഴിയിലൊന്നും കാത്തിരിക്കുന്ന അമ്മയെക്കുറിച്ചോ സഹോദരങ്ങളെക്കുറിച്ചോ അവനൊന്നും പറഞ്ഞിരുന്നുമില്ല.

ഇനിവരുന്ന വൈകുന്നേരമെങ്കിലും അവൻ പോകുന്നിടം കണ്ടെത്തണമെന്ന് ശിവാജിക്ക് തോന്നിയതുകൊണ്ട് മാത്രം അന്നത്തെ പകൽ അയാൾ തിരികെ പോയില്ല. ഒരു പകൽ മുഴുവൻ കാത്തിരിക്കാനുള്ള തീരുമാനത്തോടെ, ചുവടുകൾ പിന്നോട്ട് തിരിച്ച് തണൽ മരത്തിന്റെ തായ്ത്തടിയുടെമേൽ സർവ്വഭാരങ്ങളും ചാരിവച്ച് അയാളിരുന്നു.

കാത്തിരിക്കേണ്ടത് ഒരു പകൽ മുഴുവനുമാണ്!

എത്ര പകലുകൾ വെറുതെ, അറിയാതെ പോയിരിക്കുന്നു. പാഴായിപ്പോകുന്ന പകലുകൾ മറ്റാർക്കെങ്കിലും ലഭിച്ചിരുന്നെങ്കിൽ എന്ത് ചെയ്യുമായിരുന്നു - ശിവാജി ചിന്തിച്ചു.

ഒരിക്കൽ താനെങ്ങനെയായിരുന്നോ... അതുപോലെ, അല്ലെങ്കിൽ അതിനേക്കാൾ വേഗത്തിലോടുന്ന തനിക്കു ചുറ്റുമുള്ളവർ... എല്ലാം മിഥ്യയായി തോന്നിയത് ഒരുപക്ഷെ ലോകത്തിന്റെ ഭാഷയിൽ ഏതോ വഴിപിഴച്ച നേരത്തായിരുന്നു.

പ്രൊഫസർ ശിവാജി പരബിന്റെ ശിഷ്യഗണം ഒരിക്കൽക്കൂടി അദ്ദേഹത്തെത്തേടി വന്നാൽ എന്തായിരിക്കും അവർക്ക് പഠിപ്പിച്ചു

കൊടുക്കുക?

പാഴ് വേലകളെ ജീവിതലക്ഷ്യമായി ഒരിക്കലും കാണരുത്.... ജീവിത സൗഭാഗ്യങ്ങൾ എല്ലാവരും മറച്ചു വച്ചിരിക്കുന്ന നിധിയാണ്. മരണം എത്തും മുമ്പേ നിങ്ങൾ നിങ്ങളെ കണ്ടെത്തണം...
അങ്ങനെ എന്തായിരിക്കും?

ഏകാന്തതയെ കീറിമുറിച്ച് അയാൾ പാടുന്നത് വാർദ്ധക്യം പിടിപെട്ട സ്വരതന്തുക്കൾ വികൃതമായി പുറത്തേക്കു വിട്ടു.

പ്രതിഫമന്യേ ഉപകാരങ്ങൾ ചെയ്യുക...
തിരിച്ചു പ്രതീക്ഷിക്കാതെ സ്നേഹിക്കുക....
സ്വപ്നങ്ങളെ വെടിഞ്ഞ് ജീവിക്കുക...
ശത്രുവിന്റെ പതനത്തിനായി പ്രാർത്ഥിക്കാതിരിക്കുക....
അമൃതോളം മധുരിക്കുന്നതെല്ലാം ഒടുവിൽ വിഷമമായി നിന്നെ കൊല്ലു മെന്നോർക്കുക...
ഇതൊന്നും ചെയ്യാഞ്ഞാൽ ഒടുവിൽ പരാജിതനായ ഒരു ശിവാജിയും നിങ്ങൾക്ക് അപകടസൂചന തരാൻ എത്തില്ലയെന്നും ഓർക്കുക...

കാറ്റിലിളകിക്കൊണ്ടിരുന്ന ജഡപിടിച്ച താടിമേൽ തടവിക്കൊണ്ട് അർത്ഥമുള്ളതോ ഇല്ലാത്തതോ ആയ വരികൾ കവിതപോലെ ശിവാജി മൂളിക്കൊണ്ടിരുന്നു.

ഒരുകാലത്ത് ബഹുമാനവും സ്നേഹവും കാട്ടിയിരുന്നവർ തന്നെ പുച്ഛിച്ചു തള്ളുന്നതിൽ അയാൾക്ക് യാതൊരു പശ്ചാത്താപവും തോന്നിയിരുന്നില്ല. ഇടയ്ക്കൊക്കെ, ജീവിച്ചിരിക്കുന്നുവെന്ന തോന്നലു ള്ളപ്പോൾ മനസ്സിനെ മരവിപ്പിക്കുന്ന ഏകാന്തതയെ മാത്രം അയാൾ ഭയപ്പെട്ടിരുന്നു.

സമയത്തെക്കുറിച്ച് ചിന്തിക്കാറില്ലായിരുന്ന ശിവാജി കാത്തിരിപ്പിന്റെ മണിക്കൂറുകൾ അവസാനിക്കാത്തതിൽ അക്ഷമനായി ത്തുടങ്ങി. സന്ധ്യക്ക് മടങ്ങിയെത്തുന്ന കുട്ടിയെ കാത്തുനിൽക്കാതെ അയാൾ

മുന്നോട്ടു നടന്നു.
പ്രശാന്തതയിൽ വിഹരിക്കുന്ന പക്ഷികൾ അപരിചിതന്റെ വരവറിയിച്ചുകൊണ്ട് ചിറകടിച്ചുയരുകയും, സംഭാഷണം പോലെ അകലെ നിൽക്കുമ്പോൾ മനോഹരമായി തോന്നിയിരുന്ന കിളിനാദം അപകടസൂചനയാക്കി മാറ്റുകയും ചെയ്തു.

ദൂരം കുറച്ചു താണ്ടിയിട്ടും ചെറിയ ഒരു കുടിലല്ലാതെ ഇനിയും മുന്നോട്ട് വേറൊന്നും ഉണ്ടാവില്ലെന്ന വിശ്വാസത്തിൽ ശിവാജി യാത്ര അവസാനിപ്പിക്കുകയാണ് ചെയ്തത്.

അരികത്തു ചെന്ന് വെള്ളം ചോദിക്കാൻ തീരുമാനിച്ചത് ദാഹം ശക്തിപ്പെട്ടിരുന്നതുകൊണ്ടു മാത്രമല്ല.

അകത്ത് ആരൊക്കെയുണ്ടാവുമെന്ന് സംഭാഷണങ്ങൾ കൊണ്ടെങ്കിലും തിരിച്ചറിയുവാൻ സാധിച്ചില്ല.

പോളിഷ്കുട്ടിയുടെ വീട് തന്നെയാണെങ്കിൽ...

താൻ എന്തിനാണ് അവന്റെ കാര്യത്തിൽ ആവശ്യമില്ലാതെ ആകാംക്ഷ കാണിക്കുന്നതെന്ന് ശിവാജിക്ക് അറിയില്ലായിരുന്നു.

ഇടറിയ സ്വരത്തോടെ കുടിക്കാനായി വെള്ളം ചോദിച്ചത് കുടിലിനു മുന്നിൽ നാലുതവണയാണ്. കുടിലിന്റെ മുറ്റത്ത് വാർധക്യത്തിന്റെ അസ്വസ്ഥതകളോ വിശപ്പോ ദാഹമോ അയാളെ പിടിച്ചിരുത്തിക്കളഞ്ഞു.
കുറച്ചു കഴിഞ്ഞപ്പോൾ കുടിവെള്ളവുമായി വന്നത് വിരലുകളില്ലാത്ത ഒരു വൃദ്ധയായിരുന്നു.

ഒന്നും സംസാരിക്കാതെ, പ്രത്യേകിച്ചൊരു മുഖഭാവവും അപരിചിതത്വമോ പോലും കാണിക്കാതെ അവർ മടങ്ങി. പിന്നെയും അവിടെനിന്ന് എണീക്കാതിരുന്ന ശിവാജിയോട് കടന്നു പോകാൻ ആരും പറഞ്ഞില്ല. പ്രധാന വാതിലിനെ കടന്ന് വെള്ളം കൊണ്ടു വന്ന വൃദ്ധ പലതവണ നടന്നു പോയി.

സന്ധ്യയോടടുക്കുമ്പോൾ അകത്തുനിന്നും വേറെ ആരുടെയോ ചുമ ഉയരുന്നത് കേൾക്കാനുണ്ട്. ഇനിയും അവിടെ ആരൊക്കെയാണ് ഉണ്ടാവുക?

അപരിചിതമായ ചുറ്റുപാടിനെക്കുറിച്ചുള്ള ആകാംക്ഷയിൽ കാഴ്ച മങ്ങിത്തുടങ്ങിയ കണ്ണുകളെ പല ദിക്കിലേക്കും അയച്ചുകൊണ്ട് ഇളകാതിരിക്കുമ്പോൾ പിന്നിൽ നിന്ന് ഒരു ചോദ്യം തീരെ പ്രതീക്ഷിച്ചില്ല.

" ശിവാജി എന്തിനിവിടെ വന്നു? "

പോളിഷ്കുട്ടിയുടെ ശബ്ദമാണെന്ന് തിരിച്ചറിഞ്ഞുതന്നെ ശിവാജി ചിരിതൂകി. തന്നോട് ചിരിക്കാത്ത അവന്റെ മുഖഭാവം രാവിലെ നടന്ന സംഭവങ്ങൾ മറക്കാത്തതുകൊണ്ടായിരിക്കും എന്നയാൾ വിചാരിച്ചു.

"ശിവാജി, നിങ്ങൾ ഇവിടെ നിൽക്കാൻ പാടില്ല."

കൊച്ചു കുടിലിലെ ഇല്ലായ്മകൾ തന്റെ മുന്നിൽ വെളിവാക്കാൻ അവന് ബുദ്ധിമുട്ടുള്ളതുപോലെ ശിവാജിക്ക് തോന്നി.

"നിന്റെ വീടായതുകൊണ്ടാണോ?"

"അതുകൊണ്ടു തന്നെ."

" പക്ഷെ എനിക്കു നിന്റെ വീട് കണ്ടേ തീരൂ."

"ലോകത്തിൽ ഇങ്ങനെ പറയുന്ന ആദ്യത്തെയാൾ നിങ്ങളാണ്. പക്ഷേ നിങ്ങൾ വേഗം തന്നെ മടങ്ങണം."

അവനിൽ നിന്നും പ്രത്യേകമായി ഒന്നും ആവശ്യപ്പെടുന്നില്ലെങ്കിലും പോകാൻ തിരക്കുകൂട്ടുന്നത് ശിവാജിയെ വിഷമിപ്പിച്ചു.

"എന്നാൽ എന്തുകൊണ്ടാണെന്ന് കൂടി നീ പറയൂ..."

"അങ്ങനെയല്ല... നിങ്ങൾ ഒന്നുമറിയാൻ പാടില്ല."

"അങ്ങനെത്തന്നെ ആവട്ടെ കുട്ടീ.... ശിവാജി ഒന്നും അറിയാൻ പാടില്ല. ചുറ്റും നടക്കുന്നതൊന്നും അറിയാതിരിക്കേണ്ടത് എന്റെ കൂടി ആവശ്യമാണല്ലോ..."

മടങ്ങാനൊരുങ്ങുന്ന ശിവാജിയുടെ മുഖത്തെ ദുഃഖം തന്നെ പിടിച്ചുലയ്ക്കുന്നത് അറിഞ്ഞുകൊണ്ട് അവൻ അയാളെ തിരികെ വിളിച്ചു.

പൊളിഞ്ഞു വീഴാറായ മുൻവാതിലിൽ തട്ടിവിളിച്ച് അവനാണ് ആദ്യം അകത്തു കടന്നത്. ശിവാജിയുടെ മുഖത്തു നോക്കാതെ അവൻ അയാൾക്കു വഴിതെളിച്ചു.

ശക്തിപ്പെടുന്ന ചുമ ഒരു വൃദ്ധന്റെയാണ്. അയാളും തറയിൽ കിടക്കുന്ന മറ്റൊരു വൃദ്ധനും വെള്ളം തന്ന വൃദ്ധയെക്കൂടാതെ അവിടെയുണ്ടായിരുന്നു.

"ശിവാജിക്ക് ഇനി എന്താണ് കാണേണ്ടത്? ഇവരാണ് എന്റെ ബന്ധുക്കൾ. കുഷ്ഠരോഗം പിടിപെട്ട കാരണത്താൽ ഉറ്റവർ ഉപേക്ഷിച്ചു കളഞ്ഞവർ."

അന്നുരാത്രി തനിക്കു മടങ്ങാൻ സാധിക്കില്ലെന്ന് തോന്നിയ ശിവാജി അവരോടൊപ്പം ഉറങ്ങാൻ തീരുമാനിച്ചു. കൊച്ചുകുട്ടിയെക്കുറിച്ച് അയാൾ ഒരിക്കൽക്കൂടി അത്ഭുതപ്പെട്ടത് അവൻ തനിക്കുനേരെ വച്ചുനീട്ടിയ തന്റെ മരുന്നിന്റെ പുതിയൊരു കുപ്പി കണ്ടിട്ടാണ്. അതോടൊപ്പം ലജ്ജയും തോന്നി അയാൾക്ക്.

തന്റെ അസ്വസ്ഥകളെക്കുറിച്ചും ആരും വായിക്കാത്ത ജീവിതകഥയെക്കുറിച്ചും അവനു മനസ്സിലാവില്ല എന്ന് വിചാരിച്ചിരുന്നത് ഒരു വലിയ തെറ്റിദ്ധാരണയായിരുന്നു. അനുഭവങ്ങളുടെയും അറിവിന്റെയും തഴമ്പു പിടിച്ച മസ്തിഷ്കങ്ങൾക്കുപോലും തിരിച്ചറിയാൻ കഴിയില്ലെന്ന് വിചാരിച്ചിരുന്നതൊക്കെ ഒരു കുട്ടിയെക്കൊണ്ട് സാധിച്ചിരിക്കുന്നു!

എല്ലാത്തവണത്തെയും പോലെ ആവേശത്തോടെ അത് കൈക്കലാക്കുന്നതിനു സാധിക്കാതെ അവന്റെ നിഷ്കളങ്കമായ മുഖത്തേക്ക് നോക്കി നിൽക്കുകയാണ് അയാൾ ചെയ്തത്.

ആ രഹസ്യം അവനു നൽകിയത് ആരാണെന്ന് ചിന്തിച്ചുകൊണ്ടുള്ള

ഉറക്കം ഉണർച്ചയിലും മറുപടിയൊന്നും ലഭിക്കാതെ പിരിഞ്ഞുപോയി.

പിന്നീടൊരിക്കൽ.... നിലത്തുവീണു കിടന്നപ്പോൾ ലഭിച്ച ശിവാജിയുടെ കീശലുണ്ടായിരുന്ന കാലിയായ ഒരു കുപ്പി അവൻ കാട്ടിക്കൊടുക്കുംവരെ അവനിലെ ദിവ്യതയെക്കുറിച്ച് അയാളിൽ അജ്ഞത തുടർന്നു.
ഒരു വൈകുന്നേരം തൊഴിൽ മതിയാക്കി പോകുന്ന പോളിഷ്കുട്ടിയെ നോക്കിക്കൊണ്ട് ശിവാജി ബസ് കാത്തിരിപ്പു കേന്ദ്രത്തിലെ സ്റ്റീൽ ദണ്ഡുകളിൽ ഇരിപ്പുണ്ടായിരുന്നു.

അത്യാവശ്യം വേണ്ട ഭക്ഷണ സാധനങ്ങളൊക്കെ വാങ്ങി പണിയായു ധങ്ങളുടെ സഞ്ചിയിൽ നിക്ഷേപിച്ച ശേഷം അത് ശിവാജിയുടെ അരികിലായി വച്ചിട്ട് ഇടുങ്ങിയ വഴികൾ പിന്നിട്ട് ഉള്ളിലെവിടേക്കോ അവൻ പോയി.
അവനു വേണ്ടിയുള്ള കാത്തിരിപ്പ് അവസാനിച്ചത് ഒരു ബഹളത്തിന്റെ നടുവിലേക്ക് എത്തിനോക്കാൻ ചെന്നപ്പോഴാണ്.

ജനമധ്യത്തിൽ നിൽക്കുന്നത് പോളിഷ്കുട്ടിയാണ്... അവനരികിലേ ക്കെത്തിയ ശിവാജിയോടായി അവൻ കേണു.

"ഞാൻ മോഷ്ടിച്ച പണമല്ല അതെന്ന് ഒന്നു പറയൂ..."
കൂട്ടത്തിലെ ഒരാൾ ശിവാജിക്കുനേരെ തിരിഞ്ഞു.

" തന്നെപ്പോലെയുള്ളവരാണ് ഈ കുട്ടികളെ നാശമാക്കുന്നത്. ഈ ചെറുപ്രായത്തിൽ മയക്കുമരുന്ന് ഉപയോഗിക്കാൻ ഇവനെവിടെ നിന്നാണ് പഠിച്ചത്? "

ആളുകൾ ഇരുവരെയും ശകാരിച്ചുകൊണ്ടിരുന്നു.

വഴിയേ വന്ന പോലീസുകാരൻ ഇടപെട്ടു. പ്രശ്നം അവസാനിപ്പിച്ചു എന്നു കരുതിയ നേരത്ത് അയാൾ അവനുമായി യാത്രയായി.

ശിവാജി ഒരു നിമിഷം പകച്ചു.

തിരിഞ്ഞുനോക്കാതെ, നിലവിളിക്കാതെ അവൻ പോലീസുകാരന്റെ കൂടെ യാത്രയാവുന്നത് ശിവാജി നോക്കി നിന്നു.

അവിടെ കൂടി നിന്നവർ പറഞ്ഞു കേട്ടു.

സാമൂഹ്യവിരുദ്ധ പ്രവണതകളുള്ള കുട്ടികൾക്കു വേണ്ടി നടത്തപ്പെടുന്ന ജുവനൈൽ ഹോമിലേക്കായിരിക്കും അവനെ എത്തിക്കുക. അവിടെ എത്തിപ്പെടുന്നവരെ പ്രായപൂർത്തിയാകും വരെ പുറത്തുവിടില്ല.

ഇതൊന്നുമറിയാതെയായിരിക്കണം അവൻ അയാൾക്കൊപ്പം പോയത്.

ഒരു പക്ഷെ അവൻ ഒരു അനാഥനല്ലെങ്കിൽ വിട്ടുകിട്ടിയേക്കുമോ?

സഞ്ചിയുമായി അവന്റെ വഴിക്ക് നടക്കുമ്പോൾ ശിവാജി ആലോചിച്ചു.

അവനെ കാത്തിരിക്കുന്നവർക്കരികിലേക്ക് ശിവാജി എത്തിച്ചേരുമ്പോൾ പിറ്റേന്നത്തെ പ്രഭാതമെത്തിയിരുന്നു

ഒരു രാത്രി മാത്രം കണ്ടു പരിചയമുള്ള ശിവാജിയെ അവർ ബഹുമാനത്തോടെയാണ് സ്വീകരിച്ചത്.

തൊട്ടടുത്ത ദിവസങ്ങളിൽ പോളിഷ്കുട്ടിയുടെ റെയിൽവേസ്റ്റേഷന്റെ കവാടത്തിനരികിലെ സ്ഥാനം കയ്യടക്കിയത് മൂന്നുപേരുടെ വയറു നിറയ്ക്കണമെന്ന ആവശ്യം വന്നതിനാലായിരുന്നു. മാസം അവസാനിക്കാൻ ഇനിയും ദിവസങ്ങൾ ബാക്കിയുള്ളതിനാലും, പെൻഷൻ തുക മുഴുവൻ ബാക്കിയൊന്നുമില്ലാതെ തീർന്നു കഴിഞ്ഞിരുന്നതിനാലും പണത്തിനു മറ്റു സ്രോതസ്സുകളൊന്നും ഉണ്ടായിരുന്നില്ല.

മറ്റാർക്കോവേണ്ടിക്കൂടിയുള്ള ദിനങ്ങൾ കഴിയുന്തോറും ശിവാജി പൂർവ്വാധികം ആരോഗ്യവാനായി കാണപ്പെട്ടു. ഞരമ്പുകൾ ശുദ്ധരക്തം വഹിച്ച് ചുക്കിച്ചുളിഞ്ഞ ത്വക്കിനടിയിലൂടെ ശാന്തമായി വിന്യസിച്ചു വിശ്രമം കൊണ്ടു.

ജുവനൈൽ ഹോമിലെ പോലീസുകാർക്ക് കൈക്കൂലി കൊടുക്കാൻ കൂട്ടിവച്ചിരുന്ന പണവുമായി പോളിഷ്കുട്ടിയെ മോചിപ്പിക്കാനാണ് ശിവാജി അവിടെയെത്തിയത്. പക്ഷെ പേരറിയാത്ത ഒരു കുട്ടിയെ

വിട്ടുനൽകാൻ കഴിയില്ലെന്ന് പൊലീസുകാരൻ പറഞ്ഞു.

കുടിലിലേക്ക് മടങ്ങിയെത്തിയ ശിവാജി തന്റെ അല്പത്വത്തെ മറച്ചുവയ്ക്കാതെ പോളീഷ്കുട്ടിയെക്കുറിച്ച് വൃദ്ധരോട് ചോദിച്ചു. അകത്ത് തറയിൽ കിടന്നിരുന്ന അവർക്കും അവന്റെ പേര് അറിയില്ലായിരുന്നു!

ഓരോ സന്ധ്യാനേരത്തും എത്താറുണ്ടായിരുന്നെങ്കിലും അവൻ ആരാണെന്ന് ആർക്കും അറിയില്ലായിരുന്നു. വാർദ്ധക്യത്തിന്റെ ഒന്നുമറിയാതിരിക്കുന്ന പിടിവാശികളോട് പരിഭവം പൂണ്ട് ശിവാജി മനസ്സിൽ അവരെ പഴിച്ചുകൊണ്ടിരുന്നു. പക്ഷെ അതുപോലൊരു കുറ്റക്കാരൻ തന്നെയാണ് താനെന്ന തിരിച്ചറിവ് ഒരു വലിയ ശൂന്യത അയാളുടെ മനസ്സിലുണ്ടാക്കി.

ദിവസങ്ങൾ വലിച്ചെടുത്ത കുറ്റബോധം കുറഞ്ഞുവന്ന വേളയിൽ വൃദ്ധക്കുടിലിന്റെ ശാന്തതയെ കവിതയുടെ വീടിനേക്കാൾ ശിവാജി സ്നേഹിച്ചു തുടങ്ങി.

സായാഹ്നങ്ങളിൽ കൃതജ്ഞത നിറഞ്ഞ കണ്ണുകളിലെ പ്രതീക്ഷയും ജുവനൈൽ ഹോമിലേക്കുള്ള പൂർത്തിയാക്കാൻ കഴിയാത്ത അപേക്ഷാപത്രവും ഒരു തുണിക്കെട്ടു പണവും ഭദ്രമായി അയാൾ സൂക്ഷിച്ചിരുന്നു....

4

കിണർ മോഹങ്ങൾ

പേര് വിളിക്കണമെന്ന് ഇപ്പോൾ തോന്നാത്ത (ഇനി ഏതെങ്കിലും നിമിഷത്തിൽ തോന്നുകയും ചെയ്യാം, തീർച്ചയായും) ഗ്രാമാന്തരീക്ഷം ലോകം വളരെ വലുതാണെന്ന് പറഞ്ഞുപറഞ്ഞ് എന്നെ പഠിപ്പിച്ചു. പൊട്ടക്കിണറ്റിലെ തവളയെപ്പോലെ ചിന്തിക്കരുതെന്ന് വിവരദോഷികളെപ്പോലെ പുലമ്പുന്നവരോട് വിദ്യാസമ്പന്നരായവർ ഗുണദോഷിക്കുന്നത് കേട്ടുതുടങ്ങിയതും അവിടെവച്ചാണ്. മലയാള പാഠാവലിയിൽ ഈ സൂചനയുടെ പ്രയോഗം ഞാൻ പഠിച്ചെടുത്തത് ഒരുപാട് മനോവിചാരത്തിരക്കുകൾ മാറ്റിവച്ചതിന്റെ അനന്തര ഫലമായിട്ടായിരുന്നു. തിരക്കുകളെന്നാൽ പതിമൂന്നു വയസ്സുകാരനായ ബാലനെ സംബന്ധിച്ചിടത്തോളം മനസ്സ് ശാന്തമായിരിക്കുന്നത് ഉറങ്ങുമ്പോൾ മാത്രമാണെന്ന വസ്തുത നിലനിൽക്കെയാണ്.

ചിന്തകൾക്കപ്പുറത്തുള്ള ലോകത്തെക്കുറിച്ച് കേട്ടിരുന്നെങ്കിൽ കൂടി സങ്കൽപ്പിക്കാൻ തുടങ്ങിയത് പതിനഞ്ചിലോ പതിനാറിലോ ഒക്കെയായിരുന്നു. സങ്കൽപങ്ങൾക്ക് വഴിതുറന്നത് ശലഭ എന്ന് പേരായ എന്റെ ആദ്യ പ്രണയിനിയാണ്. അവൾക്ക് ഒരുപാട് പ്രത്യേകതകളുണ്ടായിരുന്നു. പേരിനോട് അതിശയകരമാംവിധം സാമ്യമുണ്ടാകുവാൻ തിരഞ്ഞെടുത്ത വിനോദമോ എന്തോ, അവൾക്ക് ശലഭങ്ങളെക്കുറിച്ച് വർണ്ണിക്കുവാനും ചിത്രങ്ങളിൽ ശലഭങ്ങളുടെ ഭംഗി പകർത്തുവാനും പ്രത്യേക താൽപര്യമുണ്ടായിരുന്നു. മുമ്പുള്ള വർഷങ്ങളിൽ അവളെ അറിയാമായിരുന്നെങ്കിലും പ്രായം ചാലിച്ചു കൊടുത്ത അവളുടെ വശ്യമായ സൗന്ദര്യം കൗമാരസഹജമായ ആരാധനയിൽ ഞാൻ നോക്കിത്തുടങ്ങിയത് ഒരുപാട് വൈകിയാണ്. സ്വപ്നങ്ങൾ കാണാൻ

എന്നാണോ തുടങ്ങിയത് അന്നു മുതൽ ഞാനവളെ പ്രണയിച്ചു.

ശലഭങ്ങളുടെ ജലചരായ ചിത്രങ്ങൾക്കൊണ്ട് മനോഹരമായ അവളുടെ നോട്ടുപുസ്തകം മറ്റാർക്കും നൽകാതെ കൈയടക്കി വയ്ക്കുന്നതിലുള്ള ആനന്ദം എന്നെച്ചുറ്റി നിന്നു. നിബിഢമായ വരാന്തകളെക്കാൾ വലിയ ആകാശങ്ങളിലേക്ക് രണ്ടു ശലഭങ്ങളായി പറന്നുയരാൻ കഴിഞ്ഞിരുന്നുവെങ്കിൽ....

അസ്വസ്ഥമായ അവധി ദിവസം കയ്പ്പോടെ കടിച്ചിറക്കുന്ന ഒരു സായാഹ്നത്തിലായിരുന്നു അപൂർവ്വമായ ഒരു കാഴ്ചയിലേക്ക് എത്തിപ്പെട്ടത്. ടാറുപതിക്കുവാൻ കാത്തുകിടക്കുന്ന, കൂർത്ത കരിങ്കൽ കഷ്ണങ്ങൾ പാകിയിട്ടുള്ള പാതയ്ക്കു മുകളിലൂടെ ഒരു ശലഭം പറന്നു പോകുന്നത് ചെറുചിരിയോടെ നോക്കിയിരുന്നു. വിടർന്ന പുഞ്ചിരി മായാതിരിക്കാനെന്നോണം മുൻഗാമിയെ പിന്തുടർന്ന് ഓരോ ശലഭങ്ങൾ പാറി വന്നുകൊണ്ടിരുന്നു. പകൽകിനാവിന്റെ 'ബാക്ക് ഗ്രൗണ്ടി'നു വേണ്ടി വന്നതാണോ എന്ന തോന്നൽ പോലും ബോധമനസ്സിൽ ഉളവായി. വിളിച്ചു കാണിക്കുവാനാണെങ്കിൽ അടുത്തൊന്നും ആരും ഇല്ലാതിരുന്നതുകൊണ്ട് പ്രസ്തുത സംഭവം കുറച്ചൊന്നുമല്ല എന്നെ കഷ്ടപ്പെടുത്തിയത്.

ജീവിതത്തിൽ ആദ്യമായിട്ടാണ് അങ്ങനെ ഒരു കാഴ്ച ഞാൻ കാണു ന്നത് അമ്പതോ...നൂറോ... പതിനായിരമോ..... അതിലധികമോ എണ്ണിത്തിട്ടപ്പെടുത്താൻ കഴിയാതിരുന്ന, മഞ്ഞയും പച്ചയും ചുവപ്പും, പ്രസരിപ്പു കുറഞ്ഞ വർണ്ണങ്ങൾ ദൃശ്യവിരുന്നൊരുക്കി പറന്നകന്ന ശലഭഘോഷയാത്ര വിടർന്ന മിഴികളോടെ ഞാൻ നോക്കിയിരുന്നു.

തുടർന്നുള്ള ദിവസങ്ങളിലായിരുന്നു അപ്രകാരമൊരു ദർശനഭാഗ്യം വേണ്ടിയിരുന്നില്ല എന്ന് തോന്നിയത്. ആ ഘോഷയാത്രയെക്കുറിച്ച് ആരോടു വർണ്ണിക്കുമ്പോഴും സങ്കൽപ്പങ്ങളിൽ ഒറ്റപ്പെട്ടുപോയ ഒരുവനോടുള്ള ദയനീയതയോ പരിഹാസമോ മറുപടിയായി ലഭിച്ചു തുടങ്ങി. ചില സ്നേഹിതന്മാർ മാത്രം ആശ്വസിപ്പിച്ചു. അതു കേൾക്കുമ്പോൾ ദുഃഖം മറ്റെന്തിലേക്കൊക്കെയോ വഴിമാറുന്നതു പോലെ തോന്നി. അവരെങ്കിലും വിശ്വസിക്കുമെന്നു കരുതിയാ

ണല്ലോ... ആശ്വാസവാക്കുകൾ ലഭിക്കുവാനായിരുന്നില്ലല്ലോ, ജീവിതത്തിലെ ഒരപൂർവ്വ സംഭവം ഞാനവർക്ക് പകർന്നു കൊടുത്തത്.

ശലഭങ്ങൾ പറക്കുന്നതു കണ്ടിട്ടുണ്ട്; സ്വപ്നത്തിലും പകൽക്കിനാവിലും. പക്ഷേ ഇതങ്ങനെയൊന്നുമല്ല.... സഹ്യപർവ്വതത്തിലെ എനിക്കറിയാത്ത ഏതെങ്കിലും മലർക്കാടുകൾ പൂത്തിരിക്കണം... അവയ്ക്കരികിലേക്കായിരിക്കാം ശലഭങ്ങൾ പറന്നു പോയത്. അഥവാ ശലഭയുടെ ഇഷ്ടതോഴർ എന്നിലെ പ്രണയലഹരി ഉണർത്തിയതുമായിക്കൂടേ.... അതല്ല.... മുറ്റത്തു കിളികൾ കരയുന്നതും നാലുവീടപ്പുറമുള്ള നായക്കൂട്ടിലെ കുറിക്കാലിനായ കുരയ്ക്കുന്നതും അതേസമയം ഞാൻ കേൾക്കുന്നുണ്ടായിരുന്നു. മുറ്റത്തിനു വെളിയിലുള്ള പനയുടെ തഴച്ചകുലയിൽ തൂങ്ങിയാടി കളിക്കുന്ന അണ്ണാൻകുട്ടിയിൽ നിന്നുമാണ് എന്റെ മിഴികൾ അവയ്ക്കു പിന്നാലെ പറന്നുപോയതും.

പത്താംതരം പരീക്ഷയ്ക്കുള്ള പഠനകാലം അടുത്തു തുടങ്ങി. പൊട്ടക്കിണറ്റിൽ നിന്നും വെളിയിൽ കടക്കണമെങ്കിൽ നല്ല നിലവാരത്തിലുള്ള മാർക്ക് വേണമെന്ന് പഠിക്കുമ്പോഴൊക്കെ വിചാരിച്ചിരുന്നതാണ്. ഓരോ പരീക്ഷയിലും ഒന്നാമനാകാൻ ഉറക്കം പോലും മാറ്റിവച്ചിരുന്നു. ആ എന്നെ ആർക്കും വിശ്വാസമില്ലാതിരുന്നത് എന്തുകൊണ്ടായിരുന്നു? എല്ലാവരും തവളകളെപ്പോലെയായിരിക്കുമോ? നേരിട്ട് കാണാത്ത ഒന്നും യാഥാർത്ഥ്യമല്ല എന്ന ദുഃശ്ശാഠ്യം ആരും ഉപേക്ഷിക്കാത്തത് എന്തുകൊണ്ടാണ് ? അവിശ്വാസികളെല്ലാവരും ഞാൻ പറഞ്ഞ കഥകളൊക്കെ തൊട്ടടുത്ത നിമിഷം തന്നെ മറന്നു. അവരുടെ ജീവിതങ്ങളൊന്നും ഒരുവന്റെ വിഡ്ഢിത്തങ്ങൾ കേട്ടതുകൊണ്ട് താളം തെറ്റിയില്ല. എന്നാൽ ചിന്തകളിൽ കാടുകയറിയ ഞാൻ ശലഭയെ പോലും മറന്നു കളഞ്ഞു.

"മോഡൽ പരീക്ഷയിലൊക്കെ മാർക്ക് കുറവാണ്. കുറവൊക്കെ നികത്തണമെങ്കിൽ നന്നായി പഠിക്കണം" പത്താംതരം ബിയിൽ ചുമതലയുള്ള ഗൗമതി ടീച്ചർ അടുത്തുവിളിച്ച് ഓർമ്മപ്പെടുത്തി.

എല്ലാവർക്കും ഓട്ടോഗ്രാഫിന്റെയും കൂട്ടു പിരിയലിന്റെയും ദിവസങ്ങളെത്തിയിട്ടും ആ ഒരു ദിവസം ഭയാനകമായ ഏതോ രൂപത്തെപ്പോലെ

പേടിപ്പെടുത്തിക്കൊണ്ടിരുന്നു.

തമാശകൾ നിറഞ്ഞതോ ഹൃദയസ്പർശിയാതോ ഏതായിരിക്കണം ഓട്ടോഗ്രാഫായി, ഓർമ്മക്കുറിപ്പായി ഓരോരുത്തർക്കും കൊടുക്കേണ്ടത് എന്നാലോചിച്ചും ചർച്ചചെയ്തും സഹപാഠികളൊക്കെ ഓടിനടക്കുന്നു. ക്ലാസ് ലീഡറായ അരുൺ സികെ പിറ്റേന്നത്തെ പാർട്ടിക്കുള്ള പിരിവ് തരാത്തവരെ പിന്നാലെ എത്തിപ്പിടിക്കുന്നതിന്റെ ഇടയിൽ ഒരു പുസ്തകം കയ്യിൽ തന്നിട്ടു പോയി.

ചില മാസങ്ങളായി കാണാതിരുന്ന ശലഭയുടെ ശലഭപുസ്തകം പല കൈകൾ മറിഞ്ഞ് ഒടുവിൽ എന്റെ കയ്യിൽ എത്തിയത് അപ്രതീക്ഷിതമായിട്ടായിരുന്നെങ്കിലും അമ്പരപ്പുളവാക്കിയില്ല. അലസമായി ഏടുകൾ മറിക്കുന്നതിനിടയിൽ ഇരുന്നൂറിലധികം പുറങ്ങളുള്ള പുസ്തകത്തിലെ പല ഏടുകളിലും പുതിയ ശലഭങ്ങൾ വർണ്ണം നിറച്ചിരിക്കുന്നു. എന്നെയും ഒരു കോമാളിയാക്കിയതോർത്ത് അവരിൽ പലരും, പുതിയതായി എത്തിയവരൊഴികെ ചിരികൊണ്ടു. മുമ്പ് ഓരോ തവണ മറിക്കുമ്പോഴും ശലഭയുടെ ആത്മാവിന്റെ പുറങ്ങളിൽ തഴുകുകയാണെന്നുപോലും തോന്നിയിരുന്നു. എന്തുകൊണ്ടോ ഇന്ന് ...

"നീയിപ്പോൾ ആരോടും സംസാരിക്കുന്നില്ല. ചിരിക്കുന്നതു പോലുമില്ല."

പുസ്തകത്തിനകത്തു നിന്നായിരിക്കും എന്ന് വെറുതെ നിനച്ചു. തലയുയർത്തുമ്പോൾ അരികിൽ ശലഭ നിൽക്കുന്നുണ്ട്.

"എന്നെ ആരും വിശ്വസിക്കുന്നില്ല."

നിസ്സാരമായ എന്റെ ഗുരുതര പ്രശ്നം മുഖവരയൊന്നും കൂടാതെ ശലഭയ്ക്കു മുമ്പിൽ അവതരിപ്പിക്കപ്പെട്ടു.

ഓരോ ദിവസങ്ങളിലേക്കും ഇരുണ്ട നിഴൽ വീഴ്ത്തുകയാണെന്നറിയാതെ പറന്നകന്ന ഓരോ ശലഭങ്ങളെക്കുറിച്ചു പറയുമ്പോഴും അവളുടെ കണ്ണുകൾ അത്ഭുതത്താൽ തുള്ളിച്ചാടിക്കൊണ്ടിരിന്നു. മണിമുഴങ്ങിയതോ എല്ലാവരും പോയതോ അറിയാതെ പുറത്തിറങ്ങുമ്പോൾ രാജ്യം തിരിച്ചുപിടിച്ച പടനായകനെപ്പോലെ മാസങ്ങൾക്കു ശേഷം ഞാൻ ചിരിച്ചു. ചിരിതൂകിത്തന്നെ മറക്കാനാവാത്ത ഒരു ദിവസത്തിന്റെ

മണിക്കൂറുകളെ വിസ്മൃതിയുടെ ചവറ്റുകുട്ടയിലേക്ക് വലിച്ചെറിഞ്ഞു. പിന്നീടെന്നോ... കനത്ത മഴപെയ്ത നാളിലോ... ഉയർന്ന കരഘോഷം മനസ്സിന്റെ കാതടച്ച മറ്റേവിടെവച്ചോ ശലഭയെയും മറന്നു? ഒരു ശലഭം പാറുമ്പോഴോ അവളോളം സുന്ദരിയായ ഏതെങ്കിലും നാരിയോടു സംസാരിക്കുമ്പോഴോ മാത്രം ശലഭങ്ങൾ മസ്തിഷ്കത്തിൽ കൂടൊരുക്കാൻ വന്നു. പെട്ടെന്നു തന്നെ പ്രതിബിംബങ്ങളെപ്പോലും മായ്ച്ചുകളഞ്ഞുകൊണ്ട് അവ പറന്നകലുകയും ചെയ്തു.

അപക്വമായ ഒരു ഭ്രാന്തിന്റെ നിഴലാട്ടം കനംവച്ചു തുടങ്ങുന്ന വേളയിൽ എന്നെ കൈപിടിച്ചു നടത്തിയ ഒരു ശക്തി മാത്രമായി ആദ്യാനുരാഗം ഉറങ്ങണമെന്നു നിനച്ചതുകൊണ്ടു മാത്രം പിന്നീട് ശലഭയെ ഞാൻ കണ്ടില്ല. അവസാന നിമിഷത്തിലെങ്കിലും അവളും എന്റെ വാക്കുകൾക്ക് കാതുതന്നില്ലായിരുന്നില്ലെങ്കിൽ..... മറ്റുള്ളവരെ വിശ്വസിപ്പിക്കാൻ എവിടെവരെയും ഞാൻ പോകുമായിരുന്നു. വനാന്തരങ്ങളിലോ.... ഗിരിശൃംഖങ്ങളിലോ... അതുമല്ലെങ്കിൽ ഗൂഗിളിന്റെ വിജ്ഞാന കലവറയിലോ അങ്ങനെ എവിടെവരെയും. അന്ന് ശലഭയെ നോക്കി ഞാൻ ആശ്വാസം കൊണ്ടു. പൊട്ടക്കിണറ്റിൽ നിന്നും കരകയറിയ തവളകൾവരെ അവിടെയുണ്ട്!

പുതിയ ആകാശവും പുതിയ ഭൂമിയും തേടി ഞാൻ പുറപ്പെട്ടതിന്റെ ശേഷം ശലഭയെനിക്ക് തികച്ചും അന്യയായി. തിരക്കുകളിലേക്ക് ചാടുമ്പോൾ അവയെല്ലാം പൊയ്കയിൽ ഉയർന്നുനിൽക്കുന്ന കല്ലുകളാണെന്ന് ചിന്തിച്ചതുമില്ല. മഴക്കാലം വന്നുപെട്ട ദേശങ്ങളെ തേടി നിരവധി തവളകൾ തീർത്ഥാടനത്തിലായിരുന്നു. നിത്യവൃത്തി നിയോഗമാക്കി എല്ലാവരും ഒരേ താളത്തിൽ പാടിക്കൊണ്ടിരിക്കുന്നു. അപ്പോഴും മരണപ്പെടാത്തവരും ശയ്യാവലംബരാകാത്തവരും പാട്ടു തുടർന്നുകൊണ്ടിരുന്നു. നിയോഗം പൂർത്തിയാക്കപ്പെടാത്ത ഭിക്ഷുക്കളെപ്പോലെ എല്ലാവരും അതീവ ജാഗ്രതയും പുലർത്തുന്നു.

പുലരിയെ വരവേൽക്കുന്ന ചൂടുചായക്കൊപ്പം നുകർന്നിറക്കുന്ന വർത്തമാനം വിൽക്കുന്ന കടലാസുകൾ മുതൽ അരണ്ടവെളിച്ചത്തിൽ ബലികഴിക്കപ്പെടുന്ന മാനം വരെ ഓരോ'തവളക'ളുടെ ദിനചര്യകളും, ചിന്തകളെ വേറിട്ടുനിറുത്തുന്ന വഴിപാടുകൾ മാത്രമായി പരിണമിക്കപ്പെട്ടുകൊണ്ടിരിക്കുന്നു.

നോക്കെത്താദൂരം പെരുകിക്കിടക്കുന്ന കോൺക്രീറ്റ് വസതികൾക്കു മധ്യേ നിന്നുകൊണ്ട് ഇന്നു ഞാൻ കിണർത്തവളയാകാൻ കൊതികൊള്ളുകയാണ്. വെറുതെ, ഒന്നുമില്ലായ്മകളിൽ കാലൂന്നിക്കൊണ്ട് എന്തൊക്കെയോ ആയിത്തീരണമെന്ന് കൊതിപൂണ്ടതിന്റെ ഓർമ്മകൾ ബാക്കി നിൽക്കുമ്പോൾത്തന്നെ.

ദിനങ്ങളുടെ യാന്ത്രികത, ജീവിച്ചിരിക്കുന്നുവെന്ന ബോധം പോലും നഷ്ടപ്പെടുത്തിക്കളഞ്ഞ യാഥാർത്ഥ്യം, പതിവുകൾ തെറ്റിയ ഒരു സുപ്രഭാതത്തിൽ തിരിച്ചറിഞ്ഞതുകൊണ്ടാണ് ചിന്തിച്ചുതുടങ്ങിയത്.

കിണറ്റിലെ തവളയ്ക്ക് കിണറിനെയെങ്കിലും നന്നായി അറിയാം. കിണറിന്റെ തണുപ്പും, ഉച്ചയ്ക്ക് മാത്രം കാഴ്ച്ചവട്ടത്തിലെത്തുന്ന പകൽവെളിച്ചവും, ചാഞ്ഞു പെയ്യാത്തപ്പോഴെത്തുന്ന മഴയും അങ്ങനെ വിരലില്ലാതെ എണ്ണാൻ കഴിയുന്ന ചില അത്ഭുതങ്ങളുടെയൊക്കെ ലഹരി നുകർന്നുകൊണ്ട് മൺസൂൺ വരുന്നതും കാത്തിരിക്കണം. മൺസൂണിലെ ജലനിരപ്പിലുയർന്ന് എത്തിപ്പിടിക്കണമെന്ന് ഒരു വേനൽക്കാലം മുഴുവൻ സ്വപ്നംകണ്ട പടവുകളിലൊക്കെ തുള്ളിച്ചാടണം. മറുപാട്ടുപാടുന്ന കൽപ്പടവുകളെ പരിഹസിച്ച് വീണ്ടും പാടണം. ഉന്നതങ്ങളിൽ നിന്ന് താഴേക്ക് ഇറങ്ങണമെന്നും ഉയർച്ച ഭാരമാണെന്നും തോന്നിത്തുടങ്ങുമ്പോഴേക്കും മഴക്കാലവും പൊയ്പ്പോകും.

അതിരുകളും ആഴവും അളക്കാനാവാത്ത കടൽ എന്നെ ശ്വാസം മുട്ടിക്കുന്നതാണ് എന്റെ ഖേദം. ആഗോളം ബാധിക്കുന്ന നിരന്തര പ്രതിഭാസങ്ങളിൽ, ത്വക്കിനെ നീറ്റുന്ന രാസ വിസർജ്ജ്യങ്ങൾക്കുള്ളിൽ നിന്നുയർന്ന്, തിരകളിൽ തലതല്ലി കരയുമ്പോഴും ചുറ്റും നിറയുന്നത് കടൽ ജലമാണ്, കണ്ണീരല്ല. കാരണം കാച്ചികുറുക്കിയ കണ്ണീരിന് കടലോളം ഉപ്പുണ്ട്.

കയ്യെത്തിപ്പിടിക്കാനാകാത്ത ജീവിതത്തിന്റെ അനുഭവതലങ്ങൾ ശലഭങ്ങളെപ്പോലെ പറന്നകലുന്നു. തിരിച്ചു നടക്കണമെന്നു മോഹിമെങ്കിലും പൊട്ടിച്ചെറിയാൻ കഴിയാത്ത ചില ബന്ധങ്ങൾ ഇന്നുകളെയും നാളെകളെയും തളച്ചിടുകയാണ്. സ്വപ്നസാഫല്യ

മെന്നോണം രണ്ടുവർഷം മുമ്പ് പണികഴിച്ച വീടിനായി ധനകാര്യ സ്ഥാപനങ്ങൾ വച്ചുനീട്ടിയ സഹായങ്ങൾ എന്റെ നീരുവറ്റിക്കുന്നു. മുടക്കം വരുത്താൻ കഴിയാത്ത സാമ്പത്തിക ഇടപാടുകൾ പിന്നെയും. ദിവസങ്ങളുടെ പരിപൂർണ്ണത മാസങ്ങളിലേക്കും മാസങ്ങളിലെ നിശ്ചിത വരുമാനം യാന്ത്രികതയിലേക്കും നീളുന്നു. അകലെ നിന്ന് ആരെങ്കിലുമൊക്കെ മോഹിക്കുന്ന സൗഭാഗ്യങ്ങളെല്ലാം ചുറ്റിപ്പറ്റി ഇന്നുണ്ടെങ്കിലും എനിക്ക് നഷ്ടമായ എന്നിലെ ഞാൻ എവിടെയാണ്? മുതലാളിത്തത്തിന്റെ പുതിയ വേഷപ്പകർച്ചതന്നെയാണ് 'എന്നെ' കൊന്നുകളഞ്ഞത്.

അങ്ങനെ, അഹങ്കാരംകൊണ്ടല്ലെങ്കിലും എന്റെ മരണത്തോടെ പൂർണ്ണവിരാമമിട്ട പലതും ഇനിയൊരു നാളെയിൽ എനിക്കു തുടർന്നെഴുതണം.

ഓർമ്മകളിലേക്ക് തിരിച്ചുവരാൻ തുടങ്ങിയ വാഴവര എന്ന മലയോര ഗ്രാമവും കമ്പനിയുടെ ഐഡിനമ്പറിൽ നിന്നും ധനഞ്ജയ് എന്നു വെട്ടിയെഴുതേണ്ട എന്റെ പേരും... അങ്ങനെ മറ്റാർക്കും അടിയറവുവയ്ക്കാൻ ഞാനാഗ്രഹിക്കാത്ത ജീവിത ലഹരിയും....

(നിസ്സഹായതയുടെ ഉരുണ്ടു കെട്ടിയ രണ്ടു തുള്ളികൾ ധനഞ്ജയ് മുഖത്തുനിന്നും തുടച്ചുനീക്കി.)

5

ആരും കേൾക്കാത്ത പാട്ട്

യാത്രക്കിടയിൽ കണ്ടുമുട്ടിയ വൃദ്ധസ്ത്രീ ആരോടെന്നില്ലാതെ ചിരിക്കുന്നുണ്ടായിരുന്നു. വാർദ്ധക്യത്തിലും ഇത്ര വശ്യതയോടെ ചിരിക്കാൻ കഴിയുന്ന ഒരാളെ ആദ്യമായി കാണുന്നതിലുള്ള ആശ്ചര്യം എന്നെ പിടികൂടിയിരുന്നു. ജനറൽ കമ്പാർട്ട്മെന്റിലെ കമ്പിയിൽ ചാരിയിരുന്ന അവരുടെ മഷിയിട്ട കണ്ണുകൾ പൂർവ്വകാലങ്ങളിലേക്ക് ഓടുന്നതും ചുളിവുകൾ വീണുതുടങ്ങിയ നുണക്കുഴികൾ നാണംകൊണ്ട് തുടിക്കുന്നതും കാണാമായിരുന്നു.

ഇപ്രകാരം ഏതോ കഥ പറഞ്ഞു തുടങ്ങാനൊന്നും തുനിയാതെ ഒരു യാത്രയുടെ ഓർമ്മകൾ കുറിച്ചിടാനുള്ള പുറമായി ഇത് ഭവിക്കട്ടെ.

എവിടെനിന്ന് എത്തിയതാണെന്നു മനസ്സിലാകാത്ത ഒരു പാട്ടു സംഘത്തിലെ അംഗമാണ് അവരെന്ന് കുറച്ചു നിമിഷങ്ങളിലെ ശ്രമം കൊണ്ട് മനസ്സിലാക്കിയെടുത്തു. അവരുടെ തൊട്ടടുത്തിരുന്ന പതറിയ സ്വരമുള്ള സ്ത്രീ കൂട്ടത്തിൽ എല്ലാവരെക്കാളും ആകർഷകമായി പാടുന്നുണ്ട്.

വൃദ്ധരും യുവതികളും കുട്ടികളും അടങ്ങിയ ഒരു പാട്ടുസംഘമോ!

സംഭാഷണത്തിലെ ഓരോ വാക്കുകളെപ്പോലും അവർ സംഗീതരൂപത്തിലാക്കിക്കളയുന്നു.... കഥകൾ പാടുന്നു...! അതിലധികവും ജീവിത

കഥകളെന്നും തോന്നിപ്പോകുന്നു.

അതിരുകളില്ലാതെ മേഘങ്ങൾ കൂട്ടുചേരുകയും വേർപിരിയുകയും ചെയ്യുന്നത് വേഗത്തിൽ കുതിക്കുന്ന തീവണ്ടിയുടെ വാതിലിന്റെ ചലിക്കുന്ന ഒരുപുറം ആകാശത്ത് കാണാമായിരുന്നു. അങ്ങനെയുള്ള ആകാശത്ത് ആത്മാവില്ലാത്ത ദേഹങ്ങളെ തോൽപ്പിച്ച് മേഘങ്ങൾ വൈവിധ്യങ്ങൾ നിർമ്മിക്കുകയും പിന്നെ ഏതോ നിമിഷങ്ങളിൽ അവ ശൂന്യതയിലെ എഴുത്തു പുറങ്ങളിൽ മനുഷ്യരുടെയും മനുഷ്യേതര ങ്ങളുടെയും നഗ്നമായ ആത്മാക്കൾതന്നെയായി പരിവർത്തനം ചെയ്യപ്പെട്ടുകൊണ്ടുമിരുന്നു. തണുത്തുറയുമ്പോൾ കല്ലിനെക്കാൾ ദൃഢമാകുന്ന മേഘങ്ങളുടെ മനസ്സ് പരിശുദ്ധിയുടെ കലവറയാണെന്ന് നിങ്ങൾക്കും അറിയാമല്ലോ.

അങ്ങനെ എന്തൊക്കെയോ ചിന്തിച്ചു മനസ്സ് വഴിതെറ്റുന്ന ഏതോ നേരത്ത് തുടിക്കുന്ന നുണക്കുഴികളുള്ള വൃദ്ധയുടെ കണ്ണുകൾ നിറഞ്ഞൊഴുകുന്നതും കൂട്ടത്തിലെ എല്ലാവരും അവരുടെ മുഖത്തേക്ക് ഉറ്റുനോക്കുന്നതും കണ്ടു. അവരുടെ കണ്ണീർക്കയങ്ങളിൽ തേങ്ങലിന്റെ ഓളങ്ങൾ ഇമവെട്ടാതിരുന്നത് എന്തുകൊണ്ടായിരുന്നു?

അവർ പാടിക്കൊണ്ടിരുന്നു. മുഖത്ത് ഭാവങ്ങൾ അപ്പോഴും വിരിയുകയും മായുകയും ചെയ്യുന്നുണ്ടായിരുന്നു. പരസ്പരം ചിരിപ്പിച്ച്... കരയിപ്പിച്ച്....വികാരം കൊള്ളിച്ച്...

ആരും അതിൽ നിന്ന് വിട്ടുപോയ കണ്ണിയാണെന്ന് തോന്നിയിരുന്നില്ല. പതിവു തീവണ്ടിയിലെ യാത്രക്കാരിയായിരുന്നെങ്കിലും എനിക്ക് അതൊരു അപൂർവ്വ കാഴ്ചയായിരുന്നു. ഉയരം കുറഞ്ഞ ചുറ്റുമതിലുള്ള ശവപ്പറമ്പിനടുത്തെത്തിയപ്പോൾ ജനാലക്കരികിലേക്ക് ഒന്നുകൂടി അടുത്തിരുന്ന് കണ്ണയച്ചു. പ്രായമേറിയ ചെമ്പകമരങ്ങളിലെ പൂക്കളുടെ തണലിൽ അന്നും ശവപ്പറമ്പ് വിശ്രമം കൊള്ളുന്നുണ്ടായിരുന്നു. ഒരു കാറ്റുപോലും ആ ശാന്തതയെ ഭേദിച്ച് അവിടെ ചുറ്റിത്തിരിയുന്നില്ലെന്നും തോന്നാറുണ്ട്. മരിച്ചുപോയ ചെമ്പകപ്പൂക്കൾ ഒടുവിലത്തെ സൗരഭ്യവും ബാക്കിവച്ച്

പായലുണങ്ങിയ സ്മാരകങ്ങളിൽ തലപൂഴ്ത്തിയുറങ്ങും, തങ്ങളും മരണത്തിലേക്ക് വീണുപോയതറിയാതെ.

സംഗീത ധ്വനികൾ നീളുകയും കുറയുകയും ചെയ്ത ഇടവേളകളിൽ പോലും പാട്ടുസംഘത്തിലെ ആരും അവിടേക്ക് ശ്രദ്ധിക്കുന്നുണ്ടായിരുന്നില്ല. അവർ മാത്രമല്ല, ജീവിതത്തിന്റെ നിമിഷങ്ങളെ തൊട്ടറിഞ്ഞു മുന്നേറുന്ന ഒരാൾപോലും മരണത്തിന്റെ ഹൃദ്യമായ ഏകാന്തതയെ സ്നേഹിക്കാത്തത് എന്തുകൊണ്ടായിരിക്കാം?

മരണപ്പെട്ടു പോയവർ എന്റെ അറിവിലുമുണ്ട്. പുഞ്ചിരി എന്നു പേര് വിളിച്ച് ഓമനിച്ചിരുന്ന മുത്തശ്ശൻ.... പല്ലുകൾ ഇല്ലാത്ത അദ്ദേഹത്തിന് വെറ്റില ഇടിച്ചുകൊടുത്ത് പിന്നാലെ ഓടിനടന്നിരുന്ന അവധിക്കാലങ്ങൾ പിന്നീടൊന്നും ഓർത്തിട്ടില്ല എന്നുള്ളത് വാസ്തവമാണ്.

തോളിൽ തൂക്കിയ കാലൻകുടയുമായി ഓരോ യാത്രയും പോയിരുന്ന, അവധിക്കാലത്ത് പുതിയ അഞ്ചു രൂപാ നോട്ടുകൾ കയ്യിൽ വച്ചു തന്നിരുന്ന, മാമ്പഴം പെറുക്കിക്കൂട്ടി കാത്തിരിക്കാറുണ്ടായിരുന്ന വല്യപ്പൻ...

ഒരിക്കലും ആരും ആയിരുന്നിട്ടില്ലാത്ത....(പക്ഷേ അവർക്ക് ഞാൻ ആരൊക്കെയോ ആയിരുന്നു).... കർമ്മലീത്താ മഠത്തിലെ മദർ....

ഇനിയും ഓർത്താൽ ചെമ്പകപ്പൂ മണപ്പിച്ച് തൊട്ടടുത്ത ബഞ്ചിലിരുന്ന സഹപാഠി....ചെമ്പകപ്പൂ അവൾക്ക് ഇഷ്ടമായിരുന്നു!

അമർത്തി ചുരുട്ടാത്ത അവളുടെ കൈച്ചുരുളിൽ മിക്കപ്പോഴും ചെമ്പകപ്പൂവുണ്ടാകും. ടെൻസിയെക്കുറിച്ച് അടുത്ത സ്നേഹത്തിന്റെ ഓർമ്മകൾ ഒന്നുമില്ലെങ്കിലും അവളുടെ ശവസംസ്കാരത്തിൽ പങ്കെടുത്തു മടങ്ങുന്ന വേളയിൽ കേട്ട സംഭാഷണങ്ങൾ ഇടയ്ക്കെങ്കിലും, ആത്മഹത്യയുടെ വാർത്തകൾ കേൾക്കുമ്പോഴൊക്കെ അവളെ ഓർമ്മിപ്പിച്ചിരുന്നു. ഒരു ഓട്ടോഗ്രാഫ് പോലെയായിരുന്നു അത്. ഓട്ടോഗ്രാഫ്

വാക്കുകൾ നേരത്തെ കുറിച്ചിട്ട് അവൾ പോയി. കണ്മഷി പരത്തി എഴുതിയ അവളെ നോക്കി കൂട്ടുകാർ കളി പറയും ടെൻസീ അടുത്ത വർഷം നീ ടെൻ സിയിലേക്ക്. പക്ഷേ അവൾ അതിനു കാത്തുനിന്നില്ല. അവൾ പോയതിൽ മനംനൊന്തു കരയാനും ആരുമുണ്ടായിരുന്നില്ല. ടെൻസിയുടെ മരണം ഒരു ഹർത്താൽ ദിനത്തിലായിരുന്നു. പണിപൂർത്തിയാകാത്ത വീടിന്റെ മുറ്റത്ത് വലിച്ചുകെട്ടിയ നീലവിരിപ്പിനു താഴെ, ഓരോ കോണിലും പ്രായമായവരും വളരെ കുറച്ച് സ്ത്രീകളും നിന്നിരുന്നു. കൈനിറയെ കുപ്പിവളകളും കഴുത്തിൽ ചന്തമുള്ള മാലകളും അണിഞ്ഞ് കണ്ടിട്ടുള്ള അവളുടെ അമ്മയെങ്കിലും കരയാതിരുന്നത് ഏതു ശാപം നിമിത്തമാണെന്ന് ചിന്തിച്ചുപോയി. അവർ പലയിടങ്ങളിലും നൃത്തം ചെയ്യുമ്പോൾ മറ്റു കാഴ്ചക്കാർക്കൊപ്പം ചിരിക്കാൻ കഴിയാതിരുന്നത് ഒരു ഭ്രാന്തി എന്ന് നാട്ടുകാർ പരിഹസിക്കുന്നെങ്കിലും സഹപാഠിയുടെ അമ്മയായിരുന്നതുകൊണ്ടാണ്.

ആറാം തരത്തിലോ അതോ ഏഴിലോ, എപ്പോഴാണ് ടെൻസിയുടെ ഒപ്പമെത്തിയതെന്നു സംശയമാണ്. വർഷങ്ങളായി തോൽക്കുന്നവരുടെ ഗണത്തിലായിരുന്നു എല്ലാവരും അവളെയും എണ്ണിയിരുന്നത്.

പിന്നീടെന്നോ മലയാളം ഉപപാഠപുസ്തകത്തിൽ ദീനാമ്മയെക്കുറിച്ച് പഠിക്കുമ്പോൾ ടെൻസിയുടെ മുഖം മനസ്സിൽ തെളിഞ്ഞു. പതിഞ്ഞ മൂക്കും വിടർന്നുമലച്ച ചുണ്ടുകളും പാതിയടഞ്ഞ കണ്ണുകളും എല്ലാം അതുപോലെതന്നെ തോന്നിച്ചിരുന്നു. നീളം കുറഞ്ഞ ചുരുണ്ട മുടിയാണ് അവളുടേത്. പിന്നിയിടുന്നതിനുമുമ്പ് അതു പല നിറങ്ങളിലെ ബുഷോ മറ്റോ വച്ച് ഉയർത്തിക്കെട്ടും. സ്വന്തമായി ഒരു പുസ്തക സഞ്ചി അവൾക്ക് ഉണ്ടായിരുന്നില്ല. മാറോടണച്ചു പിടിച്ച, പൊടിഞ്ഞു തുടങ്ങിയ പഴയ പുസ്തകങ്ങളുമായി നടന്നുവരുന്ന അവളെ ഓർമ്മിക്കേണ്ട സാഹചര്യങ്ങൾത്തന്നെ വളരെ കുറവായിരുന്നു. അവൾ കറുത്ത നോട്ടുപുസ്തകത്തിൽ ഭംഗിയുള്ള അക്ഷരങ്ങൾക്കു പിറവി കൊടുക്കുന്നത് എല്ലാവരും നോക്കിയിരിക്കും. ആ ചിത്രം ഇന്നും മനസ്സിൽ മായാതെ നിൽക്കുന്നു. വടിവൊത്ത അക്ഷരങ്ങൾ അവൾ

ഇപ്പോഴും കുറിച്ചുകൊണ്ടിരിക്കുകയാണ്. മനസ്സിലോ... ഹൃദയ ത്തിലോ... അല്ലെങ്കിൽ ശൂന്യതയിലോ....

ടെൻസിയുടെ പപ്പ ഒരു കുറിയ മനുഷ്യനായിരുന്നു, അവളെപ്പോലെ തന്നെ. ഞങ്ങളുടെ അയൽവാസിയായ കുഞ്ഞപ്പൻ ഗുരുക്കളുടെ സഹായിയായിരുന്നു അദ്ദേഹം. വീടിനു മുന്നിലുള്ള വഴിയിൽ ആട്ടിൻകുട്ടിക്കൊപ്പം തുള്ളിക്കളിക്കുന്ന വൈകുന്നേരങ്ങളിൽ പണി കഴിഞ്ഞു പോകുന്ന അദ്ദേഹത്തെ സഹപാഠിയുടെ പപ്പയാണെന്ന പരിഗണനയോടെ നോക്കാറുണ്ട്. അരച്ചു കൊടുക്കുന്ന പച്ചമരുന്നുകളുടെയോ തൈലത്തിന്റെയോ ഒക്കെ ഗന്ധം നടക്കുന്ന വഴിയിലൊക്കെ പരത്തുന്ന അയാൾ ഗുരുക്കൾക്ക് മരുന്നരയ്ക്കാൻ വരുന്നയാൾ എന്നാണ് അറിയപ്പെട്ടിരുന്നത്. എങ്കിലും ആ പച്ചമരു ന്നുകൾ അയാൾക്ക് ആരോഗ്യം കൊടുത്തിരുന്നില്ല എന്ന് തോന്നും. ചുമമൂലം നടക്കാൻ കഴിയാത്ത അദ്ദേഹം ദൂരമേറെ നടന്ന് കന്യാസ്ത്രീ മഠത്തിന്റെ അടുത്തുള്ള അവരുടെ വീട്ടിലെത്തുന്നത് എങ്ങനെയായി രിക്കുമെന്ന് ആശ്ചര്യപ്പെട്ടിട്ടുണ്ട്.

കുഞ്ഞപ്പൻ ഗുരുക്കൾ ഒരു നാട്ടുവൈദ്യനാണ്. ശിഷ്യനായ മത്തായിക്കും ആശാനും ഒരു കാര്യത്തിൽ മാത്രം സാമ്യമുണ്ടായിരുന്നു. ഇരുവരുടെയും ഭാര്യമാർ മാനസിക രോഗത്തിന് ചികിത്സയി ലായിരുന്നു! പിന്നെ ഏതോ ഒരു സന്ധ്യക്ക് ടെൻസിയുടെ മരണത്തിനു വളരെ കുറച്ചു മാസങ്ങൾക്ക് മുമ്പ് ഗുരുക്കൾക്കു മരുന്നരയ്ക്കാൻ വരുന്നയാൾ മരിച്ചു പോയി എന്ന് പറഞ്ഞറിഞ്ഞു.

ഗുരുക്കളുടെ മർമ്മാണിതൈലം നിറച്ച പെട്ടികൾ തലച്ചുമടേറ്റാനും ഇടയ്ക്കെങ്കിലും ലാളിത്യമുള്ള ചിരി സമ്മാനിക്കാമായി ഇനി ഒരിക്കലും ടെൻസിയുടെ പപ്പ വരില്ല. സ്കൂൾ പരിസരങ്ങളിൽ അവളെ എല്ലാവരും സഹതാപം നിറഞ്ഞ കണ്ണുകളോടെ നോക്കുന്നത് വളരെ കുറച്ച് ദിവസങ്ങളിലേക്ക് മാത്രം നീണ്ടുനിന്നു. പിന്നെയും പുസ്തകങ്ങളും പേനയും ഇല്ലാതെ വരുന്നതിന് അധ്യാപകർ അവളെ

പിൻചുവരുകൾക്ക് കൂട്ടാക്കി, ചിലപ്പോഴൊക്കെ പുറത്തുള്ള മരത്തൂണുകൾക്കും.

ചില ദിവസങ്ങളിൽ മഠത്തിന്റെ സമീപത്തു കൂടിയുള്ള എളുപ്പവഴിയിലൂടെ പഠിപ്പു കഴിഞ്ഞു മടങ്ങുമ്പോൾ ടെൻസിയുടെ വീട് കണ്ടിട്ടുണ്ട്. അവളുടെ വീട്ടിലെ ചാമ്പമരമാണ് ആദ്യം കായ്ക്കാറ്. പച്ചച്ചുവ മാറാത്ത ചാമ്പക്കയുടെ പുളിപ്പും അവളെപ്പോലെതന്നെ കുറുകിയ മുട്ടുകളുള്ള കരിമ്പിന്റെ മധുരവും ഇപ്പോഴും നാവിൻതുമ്പിലുണ്ട്. അതെല്ലാം കൂട്ടുകാർക്ക് സ്നേഹത്തോടെ നൽകിയിരുന്ന, പച്ചയും ചുവപ്പും കുപ്പിവളകൾ ഇടകലർത്തിയണിഞ്ഞ അവളുടെ കൈകൾ പുണ്യത്തിനായി വളരെക്കാലം ഉണ്ടാകാതിരുന്നത് എന്തുകൊണ്ടായിരുന്നു?

ടെൻസി നല്ല കുട്ടിയാണെന്ന് ആരും പറഞ്ഞു കേട്ടില്ല. അവളുടെ നോട്ടംതന്നെ കൊള്ളാത്തതാണെന്ന് കുട്ടികൾ കാതിൽ അടക്കം പറയും. എല്ലാവരും പറയുമ്പോലെ അവളുടെ കണ്ണുകളിൽ പ്രണയമൊന്നും ഉണ്ടായിരുന്നില്ലെന്നും അംഗീകാരത്തിനുള്ള അന്വേഷണങ്ങൾ മാത്രമായിരുന്നെന്നും ഇപ്പോൾ തോന്നിപ്പോകുന്നു.

ഏഴാംതരത്തിലെ ഉച്ചയൂണിന്റെ മണിക്കൂറുകൾ മറ്റൊരനുഭവമായിരുന്നു. സ്കൂളിൽ നിന്നും ടെൻസിയുടെ വീട്ടിലേക്ക് എത്താൻ പ്രയാസമില്ലെങ്കിലും വളരെ ചുരുക്കം ദിവസങ്ങളിലേ ഉച്ചയൂണിന് അവൾ പോകാറുള്ളൂ. ഉച്ചക്കഞ്ഞിക്കായി അവളുടെ മുട്ടച്ചോറ്റുപാത്രവുമായി എല്ലാവരോടുമൊപ്പം വരിയിൽ നിൽക്കും.

മിക്കദിവസങ്ങളിലും പൈപ്പു വെള്ളത്തിനും വരിനിൽക്കണം. പക്ഷെ തിരക്കു കുറവുള്ള ദിവസങ്ങളിലും ഊണ് കഴിഞ്ഞാൽ പാത്രം കഴുകണമെങ്കിൽ താഴെയുള്ള പാടത്തേക്ക് പോകാൻ എല്ലാവരും തിരക്കു കൂട്ടും. ഇടവഴിയിലൂടെ ഇറങ്ങിച്ചെല്ലുന്നേടത്ത് ഒരു അറവുശാലയുണ്ട്. അവിടെ ആരും പാത്രം കഴുകാറില്ല. മുന്നോട്ടു നടക്കുംവഴി കുടിവെള്ളകുളത്തിൽ മീൻ വളർത്തുന്നതു കാണാനായി ചിലരെങ്കിലും ചോറുവറ്റുകൾ ഇടും. വീട്ടുകാർ എത്തുമ്പോഴേക്കും എല്ലാവരും ഓടും. അവിടെയുള്ള ഉമ്മമാരുടെ ചീത്തവിളി കിട്ടുന്നത് ആർക്കാണെന്ന് ആരും കാര്യമാക്കാറില്ല.

വാഴത്തോട്ടത്തിനപ്പുറമുള്ള പാടത്തെ ഇത്തിരി വെള്ളത്തിലെ പൊടിമീനുകളെയും ഉറവക്കണ്ണുകളെയും ഞങ്ങളെന്നും ഇഷ്ടപ്പെട്ടു. ടെൻസിയുടെ മുട്ടച്ചോറ്റുപാത്രത്തിൽ മാത്രം മീനുകളെ പിടിച്ചിടാറില്ല. അങ്ങനെയുള്ള കാര്യങ്ങളിൽ അവൾക്ക് ഏറെ പക്വതയുണ്ടായിരുന്നു. പൊടിമീനുകളുടെ കണ്ണിലൊന്നുമല്ലാതെ അവളുടെ ഇടംകണ്ണിന്റെ നോട്ടം ചെന്നു നിൽക്കുക മുതിർന്ന ക്ലാസിലെ ഒരു പൂച്ചക്കണ്ണനി ലാണ്. മറ്റൊരിക്കൽ ചെളിയിൽ വീണുകുളിച്ച് എല്ലാവരും അവളെ മറപിടിച്ച് ക്ലാസ്സിലെത്തിയതും കൂട്ടിയാൽ ഉച്ചയൂണുകളുടെ ഓർമ്മ പൂർണ്ണമായി.

ഉച്ചയ്ക്കു ശേഷമുള്ള മേരിടീച്ചറുടെ കണക്ക് ക്ലാസിനെ പൊതുവെ എല്ലാവർക്കും ഭയമാണ്. അവരുടെ കൈയിലുണ്ടായിരുന്ന ചൂരൽ കുട്ടികളെ ഭയപ്പെടുത്തിയിരുന്നു. വളരെ ചെറുതായി മാത്രം നോവുന്ന ഒരുപാട് അടികൾ ദിവസവും തലയ്ക്ക് കിട്ടിയിരുന്നുവെങ്കിലും ആരും പരാതിപ്പെട്ടിരുന്നില്ല. കുട്ടികൾക്ക് ഏറ്റവും ഭയം അവിരാച്ചൻ എന്നു പേരുള്ള കായികാധ്യാപകനെയായിരുന്നു. ഒരിക്കൽ കേട്ടു, ടെൻസിയെ അദ്ദേഹം തല്ലി. പൂച്ചക്കണ്ണൻ പരാതിപ്പെട്ടിട്ടാണത്രെ. പരാതിവിഷയം എന്തുതന്നെയായിരുന്നാലും അതിന്റെ അടുത്ത ദിവസങ്ങളിൽ അവൾ വന്നില്ല. വന്നുതുടങ്ങിയപ്പോഴാകട്ടെ അവൾ ചിരിക്കാൻ മറന്നുപോയി. ആരും അവളെ ശ്രദ്ധിച്ചുമില്ല. എല്ലാവരും അടക്കം പറയും. ടെൻസി ചീത്തക്കുട്ടിയാണ്. ആരും അവളോട് മിണ്ടണ്ട.

അങ്ങനെ എല്ലാം മറന്നു തുടങ്ങിയ രണ്ടു വർഷങ്ങൾക്കു ശേഷ മാണ് അവളുടെ ഏക ആശ്രയമായിരുന്ന പപ്പ മരിക്കുന്നത്. ഇടയ്ക്കു മാത്രം ക്ലാസിലെത്തിയിരുന്ന അവളെ പലപ്പോഴും ശ്രദ്ധിച്ചിരുന്നി ല്ലെന്നത് സത്യമാണ്. പഠിപ്പ് കഴിഞ്ഞു മടങ്ങുന്ന വഴി, ചില ദിവസങ്ങളിൽ പാതികരിഞ്ഞ അലുമിനിയം കലത്തിൽ വെള്ളം ചുമന്നു കയറിവരുന്ന അവൾ സഹപാഠികളെ കാണുമ്പോൾ കണ്ണുനിറച്ചു. വൃദ്ധയായ പിതൃമാതാവിനെ സഹായിക്കുന്നതിന്റെ തിരക്കുകളിൽ പലയിടത്തും വച്ച് അവളെ കണ്ടിട്ടുണ്ട്.

ഓർമ്മകൾ പിന്നോട്ട് പാഞ്ഞതിനിടെ ചിഞ്ച്പോക്ലി സ്റ്റേ ഷനിലെത്തിയപ്പോൾ നടപ്പുവഴിയിൽ ഇരിപ്പുറപ്പിച്ചിരിക്കുന്ന

പാട്ടുസംഘത്തെ ചീത്ത വിളിച്ച് കടന്നുവന്ന ഓരോരുത്തരും പിന്നീടുള്ള നിമിഷങ്ങളിൽ അറിയാതെ സ്വയം മാറി. അവരും മുഖഭാവങ്ങളൊക്കെ വ്യത്യസ്തമാക്കി പാട്ടിൽ അലിഞ്ഞു ചേർന്നിരുന്നു. അപൂർവ്വമായി മാത്രം കാണാൻ കഴിയുന്ന ദേശാടനപ്പക്ഷികളെപ്പോലെ തോന്നിച്ച അവരെ ഇത്ര മനോഹരമായി പാടാൻ പഠിപ്പിച്ചത് ആരായിരിക്കാം?

നുണക്കുഴികളുള്ള വൃദ്ധഗായിക ആരെയും ശ്രദ്ധിക്കാതെ പാട്ടിൽ അലിഞ്ഞിരുന്നു. ബാക്കിയുള്ളവരാകട്ടെ ആളുകളുടെ പ്രതികരണം കണ്ട് ഊർജ്ജസ്വലരായിരുന്നു. തീവണ്ടിക്കുള്ളിലേക്ക് ഇരുൾ പെട്ടെന്ന് വന്നു വീണപ്പോഴാണ് ഇറങ്ങേണ്ടുന്ന സ്ഥലത്തെക്കുറിച്ച് വിചാരമുണ്ടാകുന്നുതന്നെ. ഛത്രപതിശിവാജി ടെർമിനലിലേക്ക് ഓടിത്തളർന്ന തീവണ്ടി ഇഴഞ്ഞുനിന്നു തുടങ്ങിയപ്പോൾ അകത്ത് ആളനക്കം ശക്തിപ്പെട്ടു. യാത്രക്കാരെല്ലാം അവരുടെ ജീവിതത്തിന്റെ തുടർച്ച യിലേക്ക് ചേർന്നു കഴിഞ്ഞിരിക്കുന്നു. പാട്ടുസംഘത്തിലെ ഓരോ അംഗവും വൃദ്ധഗായികയ്ക്ക് ഹസ്തദാനം നൽകി ഇറങ്ങി. തീവണ്ടിയുടെ യാത്ര അവസാനിക്കുന്നിടം ആയിരുന്നിട്ടുകൂടി അവർ എന്തുകൊണ്ടാണ് ഇറങ്ങാതിരുന്നത് ?

ജനസാഗരത്തിലേക്ക് മറയുമ്പോഴും അവരെ ഞാൻ തിരിഞ്ഞു നോക്കി. മടക്കയാത്രയ്ക്ക് തയ്യാറെടുത്തു തുടങ്ങിയ അതേ തീവണ്ടിയുടെ കമ്പികളിൽ പിടിച്ചുകൊണ്ട് ഒരു തുരുത്തായി അവർ നിൽക്കുന്നു. പക്ഷെ അവരുടെ മുഖം പഴയതുപോലെയല്ല. തികച്ചും ഒരു സാധാരണ വൃദ്ധയായി അവർ മാറിക്കഴിഞ്ഞിരിക്കുന്നു. അവർ ആ പാട്ടുസംഘത്തിന്റേതായിരുന്നില്ലേ ?

ഭൂഗർഭമാർഗ്ഗവും കടന്ന് ലോകമാന്യതിലക് മാർഗ്ഗത്തിലേക്ക് തിരിയുമ്പോൾ മനസ്സിൽ അവരുടെ ചിത്രം ഒരുപാട് ചോദ്യങ്ങളുയർത്തുന്നുണ്ടായിരുന്നു. അവരെ മറക്കുവാനെങ്കിലും വീണ്ടും കലാലയസുഹൃത്തിനെക്കുറിച്ച് ഓർത്തു.

ഇന്നലെകളിൽ എന്നോ അവസാനിച്ചതാണെങ്കിലും ഇപ്പോഴും നടന്നു

കൊണ്ടിരിക്കുന്ന അനുഭവങ്ങൾ പോലെ പഴയ കാലം..... ഒരിക്കലും മരിക്കാതെ...ഓർമ്മകളിൽ ചില നിമിഷങ്ങളിലെങ്കിലും അവ വീണ്ടും പിറവിയെടുക്കും. എങ്കിലും ടെൻസിയെ ഇനിയാർക്കും കാണാനാവില്ല. അവൾ ധൃതിപ്പെട്ട് ജീവിതമവസാനിപ്പിച്ച് പോയിരിക്കുന്നു!

എപ്രകാരമാണ് അവൾ അത് സ്വയം നടപ്പിലാക്കിയതെന്ന് ഓർത്തെടുക്കാൻ സാധിക്കുന്നില്ല. വിഷം കഴിച്ചോ... തൂങ്ങിയോ... ഞരമ്പു മുറിച്ചോ... അങ്ങനെ എന്തായിരുന്നു?

മരണത്തിൽ പോലും അവളോട് സഹതപിക്കാൻ ആരുമുണ്ടാകാതിരുന്നത് മറ്റൊന്നും കൊണ്ടല്ല. അവൾ കൂലിവേലക്കാരുടെ മകളാണ്. കാണാനഴകില്ലാത്ത അവൾ ഒരു ഭ്രാന്തിയുടെ മാതൃത്വം വിലാസമായിട്ടുള്ളവൾ....

അങ്ങനെയുള്ള അവളുടെ മനോഹരമായ പാട്ട് അതുകൊണ്ട് മാത്രമായിരിക്കാം വളരെക്കുറച്ച് സഹപാഠികളുടെ കർണ്ണങ്ങൾക്കപ്പുറത്തേക്ക് പ്രതിധ്വനിക്കാതിരുന്നത്. കൊച്ചു സഖീ........ നീയും പാടിയിരുന്നു!

വാഹനസൗകര്യം ഇല്ലാതിരുന്ന ദിവസമായതുകൊണ്ട് വിദ്യാലയത്തിൽ നിന്ന് ടെൻസിയുടെ വീട്ടിലേക്ക് ഒഴുകിയ കുട്ടികളുടെയും അധ്യാപകരുടെയും എണ്ണം പോലും വളരെ കുറവായിരുന്നു.
അവൾക്കരികെ നിശബ്ദമായ കുറച്ചു നിമിഷങ്ങളെയും കടന്നു മടങ്ങുമ്പോൾ സന്ദർശനത്തിനായി കുറച്ചു കന്യാസ്ത്രീകൾ പോകുന്നുണ്ടായിരുന്നു. അതിൽ ഒരാളുടെ കയ്യിൽ ഒരു ചുവന്ന റോസാപ്പൂവുണ്ട്. അതിന്റെ ഇതളുകൾ മുഷിഞ്ഞു തുടങ്ങിയിരുന്നു. ഒരു കാറ്റുവന്നാൽ ഒക്കെ അടർന്നു വീഴുമെന്ന് തോന്നും. നടക്കുന്നതിനിടയിൽ പൂവിനെ ചുറ്റിയുള്ള അവരുടെ വാക്കുകൾ മനസ്സ് അറിയാതെ കോറിയിട്ടു. 'പൂവിന്റെയൊന്നും ആവശ്യമില്ല. ചത്തവരുടെ വീട്ടിൽ പോലും ആരും പോകാത്തതാണ്!'

അവൾ ചെയ്ത കുറ്റം അതായിരുന്നു. ആത്മഹത്യ. ഉള്ളിലെവിടെയോ ഒരു നൊമ്പരം മൊട്ടിട്ടു. മുഷിഞ്ഞ ഒരു പൂവിനെപ്പോലും

പൂർണ്ണമനസ്സാലെ ആരും സമ്മാനിക്കാത്ത എന്റെ കൊച്ചുസഖീ....... പുഷ്പ ങ്ങളെ സ്നേഹിച്ച നിന്നെ ആരും മനസ്സിലാക്കാതെ പോയി. തുടർന്നുള്ള ദിവസങ്ങളിൽ കുട്ടികൾക്കിടയിൽ അനുശോചന ദൂഷണങ്ങൾ ഉയർന്നു കേട്ടു. ഒരുപാടു വേലചെയ്യിച്ച് വൃദ്ധരായ അവളുടെ സംരക്ഷകരാണത്രെ അവളെ കൊന്നത് (ലോകമല്ല)!

6

ഒരു പ്രളയത്തിന്റെ ഉത്ഭവം

മറക്കുക അല്ലെങ്കിൽ മറന്നു കൊണ്ടിരിക്കുക, ആ പ്രതിഭാസങ്ങൾക്ക് മരണത്തോളം അർത്ഥമുണ്ടെന്നറിഞ്ഞിട്ടും മറവിക്ക് ഉയർത്തെഴുന്നേൽപ്പ് അവിചാരിതമുഹൂർത്തങ്ങളിൽ സംഭവിക്കാറുള്ളതിനാൽ മറവിയെ ശാപമായിത്തന്നെയാണ് കരുതിയത്. പക്ഷെ ശങ്കരേട്ടന്റെ പരാജിതജീവിതത്തിൽ നിന്നും ഉയർന്നുവന്നതെല്ലാം തികച്ചും അവിചാരിതമായിരുന്നതിനാൽ ഹൃദയം നൂറുകഷ്ണങ്ങളായി നുറുങ്ങുകയോ രക്തമിറ്റിറ്റുവീഴാതെ മരവിച്ചു കിടക്കുകയോ ചെയ്തു. കുറച്ചു ദിവസങ്ങളിലേക്കായി നാട്ടിലെത്തിയതായിരുന്നെങ്കിലും ശങ്കരേട്ടനോട് എല്ലാവരും പെരുമാറുന്നത് കണ്ടപ്പോൾ വിഷമം തോന്നി.

കളികഴിഞ്ഞ് മടങ്ങുന്ന വഴിക്ക് അയൽവാസികളായ കുട്ടികൾ ഭ്രാന്തൻ ശങ്കരനെ കണ്ടു ചിരിച്ചു.

ശങ്കരനും ചിരിച്ചു.

ചിലർ കയ്യോങ്ങി.

ശങ്കരൻ മൈൽകുറ്റിയിൽ നിന്നും അനങ്ങിയില്ല. ഏറ്റവും പിന്നിലായി നിന്നിരുന്ന കുട്ടികളുടെ കൈകൾ മണൽത്തരികളുമായി ശങ്കരനെ നേരിട്ടു. മണൽത്തരികളിൽ ചിലത് കണ്ണിലും ചെവിയിലും ബാക്കിയുള്ളവ മുഖത്തെ വിയർപ്പിലും സ്ഥാനംപിടിച്ചു. ശങ്കരൻ അപ്പോഴും ഒന്നും പറഞ്ഞില്ല.

എല്ലുന്തിയ ഒരു കുട്ടി എല്ലാവരും പോയിക്കഴിഞ്ഞപ്പോഴും നോക്കി

ക്കൊണ്ട് സഹതാപത്തോടെ നിന്നു.

"ശങ്കരേട്ടാ സുഖമല്ലേ?"

"ഇതൊക്കെന്നെയാണ് ശങ്കരേട്ടന്റെ സുഖം."

അത്രയ്ക്കെങ്കിലും കനിവുകാട്ടിയ കുട്ടിയോടായി ശങ്കരൻ കണ്ണ് ഇറുക്കിയടച്ചു തുറന്നു. ഒരു നന്ദി പ്രകടനമെന്നോണം.

നാലോ അഞ്ചോ നിമിഷങ്ങൾകൂടി അവിടെ നിന്നശേഷം അടുത്ത വഴിവിളക്കിന്റെ വെളിച്ചത്തിലേക്ക് ലക്ഷ്യംവച്ച് ഇരുട്ടിലൂടെ അയാൾ നടന്നു നീങ്ങി.

സന്ധ്യയേറിത്തുടങ്ങിയിരുന്നു.

വഴിവിളക്കുകളുടെ അടുത്തു മാത്രം വളരെക്കുറച്ചു നിഴലുകൾ നിലത്തുവീണുകിടക്കുന്നുണ്ട്. പകൽനേരത്തെ മറ്റു നിഴലുകളെല്ലാം നിലത്തുനിന്ന് ഉയർത്തെണീറ്റ് യാഥാർത്ഥ്യങ്ങളോട് ചേർന്ന് ശയിക്കാൻ തുടങ്ങിയിരുന്നു. തുടർച്ചയായ ഇടവേളകളിൽ സൂര്യൻ സ്വയം ഒഴിഞ്ഞു മാറുന്നത് സത്യങ്ങൾക്കും മിഥ്യകൾക്കും ചേർന്നു നിൽക്കാനും അത് ദൃശ്യദൂരത്തിലെത്താതിരിക്കാനുമാണ്.

പ്രാവുകൾ കുറുകുന്ന കെട്ടിടങ്ങളെ നോക്കി ശങ്കരൻ ഇരുന്നു. വൈദ്യുതവെളിച്ചത്തിൽനിന്നു മറഞ്ഞ് കെട്ടിടങ്ങളിൽ ബാക്കി നിൽക്കുന്ന നിഴലുകളുടെ കൂട്ടിൽ പ്രാവുകൾ കുറുകിക്കൊണ്ടിരുന്നു.

ശങ്കരൻ വെറുതെ ചിരിച്ചു.

ഉറക്കെയുറക്കെ ചിരിച്ചു.

ശങ്കരന് ഭ്രാന്താണ്.
മുഴുത്ത ഭ്രാന്ത്.

അയാൾ ഭ്രാന്തനായത് ഇരുപതോ ഇരുപത്തിരണ്ടോ വർഷങ്ങൾക്ക് മുമ്പായിരുന്നെങ്കിലും, നാട്ടിലും അങ്ങനെ അറിയപ്പെട്ടു തുടങ്ങിയതിന് കാരണക്കാരൻ ഞാൻ തന്നെയാണ്.

വടക്കേയിന്ത്യക്കാരനായ ഒരുവന്റെ ആത്മഹത്യയിൽ മനം നൊന്ത് ഭ്രാന്തനായി മാറിയ ശങ്കരനെപ്പറ്റി കുറച്ചു മാത്രമേ സഹ പ്രവർത്തകർക്ക് അറിവുണ്ടായിരുന്നുള്ളു.

ചുറ്റുമുള്ളവരുടെ ചോദ്യങ്ങളിൽ നിന്നും രക്ഷപ്പെടാൻ ഭ്രാന്തനാവുകയോ ആക്കുകയോ ചെയ്തതാണെന്ന് മനസ്സ് പങ്കുവയ്ക്കും വരെ എനിക്കും അയാൾ ഭ്രാന്തനായിരുന്നു. റെയിൽവേ ട്രാക്കിൽ ചിതറിപ്പോയ സുഹൃത്തിന്റെ ശരീരഭാഗങ്ങൾ വാരിക്കൂട്ടിയ നേരത്ത് ശങ്കരൻ ചിരിച്ചു. മണ്ണിൽ കിടന്നുരുണ്ടു. മരക്കൊമ്പിൽ കയറിയിരുന്നു പൊട്ടിച്ചിരിച്ചു. താഴ്ന്ന ചില്ലകളിൽ കുരങ്ങനെപ്പോലെ അഭ്യാസങ്ങൾ നടത്തി. ആരെയൊക്കെയോ മാന്തിക്കീറി. അങ്ങനെ ഒരുനാൾ പൂട്ടിയിട്ടു.

അസൈലങ്ങൾ എന്ന് വിളിക്കപ്പെട്ടിരുന്ന അഗതി മന്ദിരങ്ങളിൽ ലോകത്തിന്റെ തുടിപ്പുകളറിയാതെ, ഇരുളിൽ മറഞ്ഞിരുന്ന് ചില ഭ്രാന്തൻമാർ ജീവിതത്തെ വരമ്പുകളൊന്നുമില്ലാതെ ആശ്ലേഷിച്ചു കൊണ്ടിരുന്നു. ചുരുക്കം ചില നേരങ്ങളിൽ മാത്രം അവർ നിശബ്ദതയോടു മല്ലിടുകയും പിന്നീട് എപ്പോഴെങ്കിലുമൊക്കെ സ്വയം ശപിക്കുകയും ചെയ്തു.

ശങ്കരനും അപൂർവമായി ഭക്ഷണവും ഉപദേശങ്ങളുമായി എത്തുന്ന സാമൂഹിക പ്രവർത്തകരായ സന്ദർശകരെ ആട്ടിയോടിച്ചിരുന്നു. നിലത്തു ചിതറിക്കിടക്കുന്ന ഭക്ഷണമെടുക്കാനായി വരുന്ന പെരുച്ചാഴിപ്പടകളെപ്പോലും അയാൾ വെറുതെ വിട്ടില്ല. അവയിൽ ചിലതിനെ വാലിൽ പിടിച്ചു തല്ലിക്കൊന്നു. ശവങ്ങളെ കടിച്ചുകീറി. അതൊക്കെ തടവറയുടെ മൂലയിൽ കിടന്ന് ദുർഗന്ധമായതുപോലും അയാൾ ഒരിക്കൽ അറിയാതെയായി. അടുത്ത തടവറകളിൽ കിടന്നു ഭ്രാന്തന്മാർ അലറും. ചാഴിപിടിയനെ കൊല്ലാനുള്ള പകയുണ്ടവർക്ക്.

കാരണം ഏതു സഹനത്തിനും ഒരു പരിധിയുണ്ട്.

വൈകൃതങ്ങൾ സൃഷ്ടിച്ച് ചുവരുകൾക്കു വെളിയിലെത്തുന്നത് ശബ്ദം മാത്രമായിരുന്നതിനാൽ അയാളുടെ കൂടി സന്ദർശകനായി എത്തിത്തുടങ്ങും മുമ്പ് ശങ്കരനെന്നാൽ ഒരു ശബ്ദസ്രോതസ്സാണെന്ന് പോലും തോന്നിയിരുന്നു. എന്നാൽ അതിലൊന്നും നിഴലിച്ച ഭ്രാന്ത് അഭിനയം മാത്രമായിരുന്നു എന്നുപറഞ്ഞാൽ വിശ്വസിക്കാൻ സാധിക്കില്ല.

നീണ്ട വർഷങ്ങളിലെ തടവറ ജീവിതം ജീവപര്യന്തം ശിക്ഷയുടെ മറ്റൊരു രൂപമായിരുന്നു. അതൊരുപക്ഷെ കുറ്റവാളിയെന്ന വിളിപ്പേരിനെക്കാൾ അയാൾ ഇഷ്ടപ്പെട്ടത് ഭ്രാന്തിന്റെ മേൽവിലാസ മായിരുന്നതുകൊണ്ട് സംഭവിച്ചതുമായിരിക്കണം. നാളുകൾ കൊണ്ട് ഭ്രാന്തിന്റെ ലക്ഷണങ്ങൾ, നീണ്ട ഇടവേളകളിൽ അസ്തമിക്കുകയും ഓർമ്മയുടെ തിരകൾ വേലിയേറ്റം നടത്തുമ്പോൾ മാത്രം ഭ്രാന്തുണ്ടാവുകയും ചെയ്തിരുന്നതുമായിരിക്കാം. പുറത്തേക്കിറങ്ങു മ്പോൾ പ്രകാശത്തെ പോലും അയാൾ ഭയന്നു. ഇരുളറകളിലേക്ക് പിന്നെയും ഓടിയൊളിച്ചു.

ആ ശങ്കരൻ എന്റെ ശങ്കരേട്ടൻ ആണ്. ചില തലമുറകൾ തിരിഞ്ഞുള്ള ഒരു സഹോദര ബന്ധം. ജോലിതേടി പുറം നാട്ടിലേക്ക് പോയതിനിടയിൽ കാണാതായ അയാളെ ആകസ്മികമായി ഞാൻ കണ്ടെത്തിയതാണ്.

രഘുനാഥൻ എന്ന പേരൊന്നും അയാളുടെ ഓർമ്മയിൽ ഉണ്ടായിരുന്നില്ലെങ്കിലും ഭവാനിയമ്മായിയുടെ കുറച്ച് ഓർമ്മകൾ അയാളിൽ ബാക്കി നിൽക്കുന്നുണ്ടായിരുന്നു. ഭവാനിയമ്മായിയെ ഓർത്തിരിക്കേണ്ട യാതൊരു ധാർമ്മികതയും അയാളിൽ വേണ്ടതല്ല. കാരണം അയാൾക്ക് അവർ ഒരു പോറ്റമ്മ മാത്രമായിരുന്നു.

കുട്ടികളില്ലാത്ത ദുഃഖത്തിൽ ഒരനാഥനെ ദത്തെടുത്തു വളർത്തി വരികയായിരുന്നെങ്കിലും വർഷങ്ങൾക്കുശേഷം ഭവാനിയമ്മായിക്ക് രണ്ടുകുട്ടികൾ ജനിച്ചു. പക്ഷെ ശങ്കരനെക്കഴിഞ്ഞു മാത്രമേ പെറ്റമക്കൾക്ക് സ്ഥാനമുണ്ടായിരുന്നുള്ളൂ എന്നതാണ് സത്യം.

ബംഗളൂരുവിലേക്ക് പുറപ്പെടുകയാണ് രഘുനാഥൻ എന്ന് ആരോ പറഞ്ഞറിഞ്ഞ് ഭവാനിയമ്മായി വീട്ടിൽ വന്നു. ബംഗളൂരുവിലേക്ക്

ജോലിതേടിപോയിട്ട് കാണാതായ ശങ്കരനെക്കുറിച്ച് അന്വേഷിക്കണ മെന്ന് അവർ അപേക്ഷിച്ചു. അവരോടൊപ്പം ഉണ്ടായിരുന്ന മകളും വീട്ടിലുള്ള എല്ലാവരും കൂടി വളരെ പണിപ്പെട്ടാണ് അവരുടെ കരച്ചിലടക്കിയത്.

അത്രവലിയ ഒരു കാലയളവിനുശേഷം ശങ്കരൻ ഒരിക്കലും തിരികെ വരില്ലെന്ന് എല്ലാവരും വിശ്വസിച്ചുപോന്നെങ്കിലും ഊണിലും ഉറക്കത്തിലും ഒരു തിരിച്ചെത്തലിന്റെ സ്വപ്നങ്ങൾ അവർ നിലനിർത്തിയത് അമ്മയെന്ന ആദ്യവിളി മറക്കാനാവാത്തതു കൊണ്ടായിരുന്നു.

ശങ്കരേട്ടനെക്കുറിച്ച് വ്യക്തമായ ഓർമ്മകളൊന്നും ബാക്കിയില്ലാത്ത ഇളമുറക്കാരിലൊരാളാണ് താനെന്ന് എല്ലാവർക്കും അറിവുള്ളതാണ്. എങ്കിലും ഭവാനിയമ്മായിക്ക് എല്ലാവരും ഉറപ്പുകൊടുത്തു. ആദ്യത്തെ വരവിന് രഘുനാഥൻ ശങ്കരനെ കൊണ്ടുവരും.

പറഞ്ഞറിഞ്ഞ വിവരങ്ങളിൽ നിന്നും പ്രിയപ്പെട്ടവരുടെ സ്മരണകളല്ലാതെ അദ്ദേഹം എപ്രകാരമുള്ള ഒരാളായിരിക്കും എന്ന് മനസ്സിലായതേയില്ല.

ശങ്കരേട്ടൻ അമ്മയുള്ള മറ്റേതു കുട്ടികളെയും പോലെതന്നെ ഭവാനിയമ്മായിയുടെ മക്കൾക്ക് മുതിർന്ന സഹോദരനായി വളർന്നുവന്ന ആളാണ്. ഉപരിപഠനത്തിനായി കോയമ്പത്തൂരിലേക്ക് അയക്കുമ്പോഴും ഭവാനിയമ്മായുടെ സമ്മതം ഉണ്ടായിരുന്നില്ല. ഓരോ അവധിക്കും ശങ്കരൻ മുടങ്ങാതെ വളർത്തമ്മയെ കാണാൻ വന്നിരുന്നു.

എന്തുകൊണ്ടോ, ജോലിക്കായി ബംഗളൂരുവിലേക്ക് പോയ അയാൾ തിരികെവന്നില്ല.

പലരും പലതും പറഞ്ഞു.

യാഥാർഥ്യങ്ങളുമായി ബന്ധമില്ലാത്തതായിരുന്നു അതൊക്കെയും എന്ന് തിരിച്ചറിയാൻ ബാല്യവും കൗമാരവുമൊക്കെ പിന്നിട്ട് വളരെ നാൾ കഴിയേണ്ടിയും വന്നു. കുട്ടിക്കാലത്ത് വീട്ടിലെയും അയൽവീടുകളിലെയും സ്ത്രീജനങ്ങൾ സംസാരിക്കുന്നിടത്തൊക്കെ കറങ്ങിത്തിരിയും. അങ്ങനെ കേട്ടകൂട്ടത്തിൽ ശങ്കരേട്ടനെക്കുറിച്ചുള്ള കെട്ടുകഥകളും ഉണ്ടായിരുന്നു. തന്നെനിൽക്കാൻ പ്രാപ്തിയായപ്പോൾ ശങ്കരൻ എല്ലാവരെയും ഉപേക്ഷിച്ചുകളഞ്ഞതാണത്രെ.

കാലാന്തരത്തിൽ അതേപ്പറ്റിയുള്ള സംസാരം എവിടെയും നിലച്ചുപോയെങ്കിലും ഭവാനിയമ്മായിക്ക് അയാളിലുള്ള വിശ്വാസം അത്ര വലുതായിരുന്നു.

യാത്രതിരിക്കുന്നതിന്റെ തലേദിവസം പൊടിഞ്ഞു തുടങ്ങിയ ഉമ്മറത്തെ മരത്തൂണിന്റെ ചുവട്ടിൽ വന്നിരുന്ന് കുറെ കരഞ്ഞു. വാതവും രക്തസമ്മർദ്ദത്തിന്റെ അസ്വസ്ഥതകളുമുള്ള ഭവാനിയമ്മായി അവിടെയിരുന്നു കാലുനീരുവച്ചതും, എന്നെ യാത്രയാക്കുന്ന തിരക്കിനിടയിൽ അവരുടെ കാലുഴിഞ്ഞുകൊടുത്ത അമ്മയുടെ മുഖവുമെല്ലാം മനസ്സിൽ പതിഞ്ഞു കിടക്കുന്നുണ്ട്. നിറം പൂശിയാലും മനസ്സിന്റെ ചുവരിൽ കൊത്തിയ ചിത്രങ്ങൾ മാഞ്ഞു പോകാറില്ലല്ലോ.

നാടും ഭാഷയും അറിയാത്ത ഒരിടത്തേക്ക് തൊഴിൽ തേടിപ്പോകുന്ന ഒരാളെ കണ്ണീരോടെ യാത്രയാകുന്നതിൽ വീട്ടിലുള്ളവരൊക്കെ അനിഷ്ടം പ്രകടിപ്പിച്ചു. മാനസികനില തെറ്റിയതാണെന്ന് എല്ലാവരും പരിഹസിച്ച ഭവാനിയമ്മായിയുടെ മുന്നിലൂടെ തന്നെ, വർഷങ്ങൾക്കു മുമ്പുള്ള ശങ്കരേട്ടന്റെ ഫോട്ടോ അടുക്കിവെച്ചിരിക്കുന്ന തുണികൾ, കാച്ചിയ എണ്ണ, അച്ചാർ എന്നിവയുടെ മുകളിൽ ഭദ്രമായി വച്ച് യാത്രയ്ക്കിറങ്ങിയതുമാണ്.

അച്ഛന്റെയോ അമ്മയുടെയോ ഓർമ്മകളെക്കാൾ കൂടുതൽ കരയുന്ന ഭവാനിയമ്മായിയുടെ മുഖം ജോലിത്തിരക്കിലും പൊടിപിടിച്ച പഴയ കൊച്ചു മുറിയിലെ ഏകാന്തതയിലും കൂട്ടിനുണ്ടായിരുന്നു.

ഒരു പരിചയക്കാരനെങ്കിലും കൂട്ടിനെത്തിയിരുന്നെങ്കിൽ എന്ന് ഓരോ ദിവസവും കൊതിക്കാറുണ്ടായിരുന്നെങ്കിലും ആഴ്ചയിൽ ഒന്നോ രണ്ടോ തവണ കത്തുമായി എത്തുന്ന തപാൽക്കാരനൊഴികെ ആരും അവിടേക്ക് കടന്നുവന്നില്ല. ഒരിക്കലും കണ്ടിരുന്നില്ലെങ്കിലും രണ്ടുവർഷത്തോളമായി കത്തു കൊണ്ടുവന്നിരുന്ന അയാളോടെങ്കിലും സൗഹൃദം സ്ഥാപിക്കുന്നതിന് ആഗ്രഹിച്ചത് തിരക്കേറിയ സഹപ്രവർത്തകരുടെ തന്നെ സംസാരത്തിലെ ദാരിദ്ര്യം കൊണ്ടായിരുന്നു. ഇടവേളകൾ പോലുമില്ലാതെ സോഫ്റ്റ്‌വെയർ ജോലി അനേകരെ മാനസിക പ്രശ്നങ്ങളിലേക്ക് നയിച്ചു കൊണ്ടിരിക്കുന്ന വാർത്തകൾ പ്രചരിക്കുന്നതിനാൽ അവരെയും അതിയായി നിർബന്ധിക്കാൻ സാധിക്കുമായിരുന്നില്ല. 'വീക്കെൻഡിലെ എൻജോയ്മെന്റ് ' മുന്തിയ ഹോട്ടലുകളിൽ ചുരുങ്ങിയ സമയത്തി ലൊതുങ്ങുന്ന നുര പൊന്തുന്ന പളുങ്കുപാത്രങ്ങൾക്ക് ചുറ്റിലും ഒതുങ്ങിനിന്നു.

കത്ത് പെട്ടിയിലിട്ടു പോകുന്ന തപാൽക്കാരനെ എന്നെങ്കിലും അവിചാരിതമായി കണ്ടുമുട്ടുന്നതും സൗഹൃദം സ്ഥാപിക്കുന്നതും വെറുതെ കെട്ടിയുയർത്തിയ മനക്കോട്ടയിലെ അടർന്നുപോയ ഭാഗം മാത്രമായി തുടർന്നു. നാട്ടിലേക്കുള്ള യാത്രകൾ ഭവാനിയമ്മായിയെ അഭിമുഖീകരിക്കാൻ കഴിയാത്തതിനാൽ വെട്ടിക്കുറച്ചതുകൊണ്ട് ജീവിതം തന്നെ പ്രതിസന്ധിയിലായിരുന്നു. വിലാസം പോലുമില്ലാത്ത ശങ്കരേട്ടനെ തേടി എവിടേക്ക് പോകാൻ.

അമ്മയുടെ കത്തുകൾ എത്തിച്ചു തരുന്നതിന് തപാൽക്കാരന് ഹൃദയംകൊണ്ട് നന്ദി പറഞ്ഞു കൊണ്ടിരുന്ന ഒരു വൈകുന്നേരമാണ് ഓർമ്മകളിൽ നിന്ന് എടുത്തു മാറ്റാൻ കഴിയാത്ത ഒരു ഞെട്ടലുണ്ടായത്.

കഴിഞ്ഞ ബുധനാഴ്ച ഭവാനിയമ്മായി മരിച്ചു എന്നു തുടങ്ങുന്ന കത്ത് അമ്പരപ്പും ആശ്വാസവും ഇടകലർത്തി വായിച്ചുതീർത്തു. ശങ്കരനെ കൊണ്ടുവരാമെന്ന് വാക്ക് കൊടുത്ത രഘുവിനോടുള്ള പരിഭവം പറഞ്ഞിട്ടാണത്രെ അവർ കണ്ണടച്ചത്........

ഭവാനിയമ്മായി കണ്ണടച്ചപ്പോഴും പറഞ്ഞത് നിന്നെക്കുറിച്ചുള്ള പരാതിയാണ്. ഞാൻ പറഞ്ഞുവരുന്നത് മനസ്സിലാക്കാനുള്ള പക്വത യൊക്കെ നിനക്കുണ്ടല്ലോ.... നീ ആയിട്ട് ആ ആത്മാവിന്റെ ഗതി നിഷേധിക്കരുത്. കണ്ടുകിട്ടിയില്ലെങ്കിലും നീ അന്വേഷിക്കണം. അച്ഛനും അതുതന്നെയാണ് പറയുന്നത്....

അമ്മയുടെ കത്തടച്ചു നെഞ്ചോട് ചേർത്തുവച്ചപ്പോൾ കുറ്റബോധ ത്തിന്റെ ദീർഘനിശ്വാസം ഭവാനിയമ്മായിയുടെ ഗതികിട്ടാത്ത ആത്മാവിനെത്തേടിയെന്നോണം അനന്തതയിലേക്കുയർന്നു.

ജീവനുള്ള കാലത്തോളം തന്നെ ശങ്കരൻ മറക്കില്ലെന്ന് അവർ വിശ്വസിച്ചിരുന്നു. ഒരു പക്ഷേ ചിറകുകൾ ബലം വച്ചു തുടങ്ങി യപ്പോൾ താങ്ങായിരുന്ന കൂടിനെയും മരത്തെയും മറന്ന് അകലങ്ങളിലേക്ക് പറന്ന് മറഞ്ഞതായിരിക്കുമോ? ഒരു സുപ്രഭാതത്തിൽ അയാളെ കണ്ടെത്തിയാലുള്ള പ്രതികരണം എന്തായിരിക്കും?

യാത്രയ്ക്കിടയിൽ അപകടത്തിൽപ്പെട്ടതാവില്ല. കാരണം ജോലിക്ക് പോയിത്തുടങ്ങിയെന്ന് ആദ്യത്തേതും അവസാനത്തേതുമായിരുന്ന കത്തിൽ എഴുതിയിരുന്നത്രെ. ഏതെങ്കിലും അധോലോക സംഘത്തിന്റെ കൈപ്പിടിയിൽ ചില അവയവങ്ങൾ അന്യരിലവശേഷിപ്പിച്ച് അസ്തമിച്ചു പോയിട്ടുണ്ടായിരിക്കുമോ? അതല്ലാതെ സമ്പത്തിനുവേണ്ടി ആരും അദ്ദേഹത്തെ അപായ പ്പെടുത്തില്ല. ജോലി ചെയ്തിരുന്ന സ്ഥാപനത്തിന്റെ വിലാസമെങ്കിലും കിട്ടിയിരുന്നെങ്കിൽ അന്വേഷിക്കാമായിരുന്നു. അസ്വസ്ഥതകളുടെ ആകെത്തുക കരച്ചിലിന്റെ വക്കോളമെത്തിച്ചിരുന്നെങ്കിലും കരഞ്ഞില്ല.

പിന്നീടെപ്പോഴോ അനാവശ്യമായ ചിന്തകളിൽ നിന്നും മനസ്സിനെ ബലപ്രയോഗം നടത്തി മോചിപ്പിച്ചു. ശങ്കരൻ എന്ന പ്രതിസന്ധിയിൽനിന്നും സ്വയം രക്ഷ നേടിയതിന്റെ പിറ്റേദിവസം രാവിലെ ഉണർന്ന് ജോലിക്ക് പുറപ്പെടാനുള്ള എല്ലാ തയ്യാറെടുപ്പുകളും നടത്തിയതാണ്. ബസ് കാത്തു നിൽക്കുന്നതിനിടയിൽ ആരോ സംസാരിക്കുന്നതു കേട്ടു.

അയാളുടെ ഭാര്യയാണ് കണ്ടത്. ഒരു ഭ്രാന്തിന്റെ പെരുമാറ്റമായിരുന്നു കുറച്ചു നേരത്തേക്ക്. പ്രേതമൊക്കെ സത്യം തന്നെയാണ്.........

നഗരങ്ങളിലും അന്ധവിശ്വാസങ്ങൾ തുടച്ചു നീക്കപ്പെട്ടിട്ടില്ല. അങ്ങനെ ചിന്തിക്കുമ്പോഴും പ്രേതവുമായി ബന്ധപ്പെട്ട സംഭവം എവിടെയായിരിക്കും എന്നറിയാൻ ആഗ്രഹം പ്രകടിപ്പിച്ചവരിൽ ഒരുവനായി വെറുതെ നിന്നു. ഉള്ളിൽ പടരാൻ തുടങ്ങിയ ഉഷ്ണകാലത്തെ തീയ് തല്ലിക്കെടുത്തിക്കൊണ്ട് യുക്തി മനസ്സിനോട് പറഞ്ഞു.

- അങ്ങനെയൊന്നുമില്ല. പ്രേതങ്ങൾ സങ്കല്പങ്ങളാണ്. മനസ്സ് അതൊന്നും കേൾക്കാതെയായപ്പോൾ ബുദ്ധി ഉപദേശിച്ചു. എന്തായാലും ഇത്ര ദൂരം താണ്ടി ഭവാനിയമ്മായി പട്ടണത്തിലേക്ക് വരില്ല.

വിഡ്ഢിവിചാരങ്ങളോർത്ത് ചിരിവന്നു. എങ്കിലും ബസ് വന്നു നിന്നപ്പോൾ കയറാൻ തോന്നിയില്ല. പൊടിമണം ഇനിയും മാറിയിട്ടില്ലാത്ത പുരാതനമായ മുറിയിലേക്ക്, അനാവശ്യമായി ഒരു അവധി എടുക്കുന്നതിന്റെ ഔചിത്യത്തെക്കുറിച്ച് ചിന്തിക്കാതെ, തിരികെ നടന്നു.

ചുറ്റുന്നതിന് പ്രയാസപ്പെടുന്ന തുരുമ്പുപിടിച്ച പങ്ക നോക്കി കുറെ നേരം കിടന്നു. മുകളിലത്തെ നിലകളിലേക്ക് കയറിപ്പോകുന്നവരുടെ പാദശബ്ദം ഇടയ്ക്കിടെ ഗോവണിയുടെ ഭാഗത്തു നിന്നും പ്രതിധ്വനിച്ചു വന്നിരുന്നു.

പുതിയ വർഷത്തിലെ ഡയറിയിൽ നിന്നും ഏടുകൾ കീറിയെടുത്താണ് അമ്മയ്ക്കുള്ള കത്ത് എഴുതിത്തുടങ്ങിയത്. അമ്മ പതിവായി കത്തുകൾ അയക്കാറുണ്ടായിരുന്നെങ്കിലും ആഴ്ചയിലൊരിക്ക ലൊതുങ്ങുന്ന ഫോൺവിളി മാത്രമായിരുന്നു എന്റെ മറുപടി. ടെലിഫോൺ കമ്പനികൾ നിരവധി ആനുകൂല്യങ്ങൾ നൽകിയി രുന്നെങ്കിലും ആഴ്ചയിലെ വിളികൾ തന്നെ ധാരാളമായിരുന്നു. വീട്ടിലായിരുന്നാലും അമിതമായി സംസാരിക്കാറില്ലാത്ത ബന്ധങ്ങ ളായിരുന്നല്ലോ എല്ലാവരോടും.

വളരെ നാളുകൾക്കു ശേഷം തന്റെ നിസ്സഹായവസ്ഥ എഴുതിയെങ്കിലും അമ്മയെ അറിയിക്കണമെന്ന് തോന്നി. അമ്മയും കുറ്റപ്പെടുത്തും.

"ന്നാലും മരിച്ചു മുകളിൽ നിൽക്കുന്ന ഭവാനിയേടത്തീടെ അവസാനത്തെ ആഗ്രഹം അതു മാത്രമായിരുന്നു."

മനസ്സ് പിന്നെയും പിടഞ്ഞു. മരിച്ചുപോയ ഭവാനിയമ്മായി... മരിച്ചു എന്നുള്ളത് സത്യമാണെങ്കിലും നിത്യതയുടെ വിശ്രമമേടുകളിലേക്ക്ത്തേടി അവർ പോയിരിക്കുമോ?

ഉച്ചമയക്കം - അങ്ങനെ പറയാൻ കഴിയില്ല. അനാവശ്യമായി കുറെയേറെ ചിന്തിച്ച് കിടക്കുമ്പോൾ ഉറങ്ങിപ്പോയതാണ്. ഉണർന്നപ്പോൾ നന്നായി വിശക്കുന്നുണ്ടായിരുന്നു. വിശപ്പിന്റെ കാഠിന്യമേറുമ്പോൾ എല്ലാ ഭയങ്ങളും പമ്പകടക്കും എന്ന് പറയുന്നത് ശരിയാണ്. ഉച്ചയൂണ് വിൽക്കുന്നവരുടെ സംഘങ്ങൾ തെരുവ് വിട്ടിട്ടുണ്ടാകുമെന്ന് സമയം നോക്കിയപ്പോൾ മനസ്സിലായി. പ്രത്യേക വിചാരങ്ങളൊന്നുമില്ലാതെ വരാന്തയിലൂടെ നടക്കുന്നതിനിടയിലാണ് തപാൽക്കാരൻ വരുന്നത്. ഒടുവിൽ അയാളെ ആദ്യമായി കണ്ടു. പടികൾ കയറി മുകളിലേക്ക് പോകുമ്പോൾ ചിരിച്ചു. പ്രായമേറെ തോന്നിക്കുന്ന ദുർബലകായനാണ് അയാൾ. കുറച്ചു കഴിഞ്ഞ് തിരികെയിറങ്ങിവരുമ്പോൾ അയാളോട് ചോദിച്ചു.

"കത്തുണ്ടോ?"

കയ്യിലിരുന്ന കത്തുകളുടെയിടയിലോ തോളിലെ കാക്കി നിറമുള്ള സഞ്ചിയിലോ പരതി നോക്കാതെ അയാൾ മറുപടി പറഞ്ഞു.

"ഇല്ല. ഇന്നലെ ഉണ്ടായിരുന്നല്ലോ. ഇനി ഒരാഴ്ച കഴിഞ്ഞു വരും."

അയാളെ അത്ഭുതത്തോടെ നോക്കി.

ലോകത്തിലെ തപാൽക്കാരെല്ലാം ഇങ്ങനെയായിരിക്കുമോ? ഓരോ കത്തിന്റേയും വരവറിഞ്ഞ്?

"ഇന്നെന്താ അവധി എടുത്തത്."

"നല്ല സൗഖ്യം ഉണ്ടായിരുന്നില്ല.പോയില്ല."

"ശരിയാണ് ശരീരത്തിന്റെ ആരോഗ്യമെന്ന് പറയുന്നതുതന്നെ മനസ്സിന്റെ സൗഖ്യമാണ്."

"പേര്?"

"രമാശങ്കർ. നിങ്ങളുടെ പേര് രഘുനാഥൻ എന്നാണ് അല്ലേ?"

അയാൾ പേരറിഞ്ഞതിൽ അത്ഭുതമൊന്നുമില്ല. കത്തുള്ളപ്പോഴൊക്കെ വായിക്കുന്നതാണ്.

രമാശങ്കർ എന്നുള്ള പേര് ഇതുവരെ കേട്ടിട്ടില്ല. രാധാകൃഷ്ണൻ എന്നതുപോലെ ആയിരിക്കാം. വാതത്തിന്റെ വല്ലാത്ത ശല്യമുണ്ടെങ്കിലും പെൻഷൻ പറ്റാൻ ഒരു കൊല്ലം കൂടിയല്ലേ ബാക്കിയുള്ളു എന്ന് വിചാരിച്ച്, വയ്യാത്ത കാലും വച്ച് കര മുഴുവൻ ചുറ്റി നടക്കുകയാണ് - ജീവിതം മടുത്തിട്ടും.

"രമാശങ്കറിന് വീടും വീട്ടുകാരുമൊന്നുമില്ലേ?"

" ബന്ധുവായി ആകെയുള്ളത് ആനന്ദാണ്. ഇങ്ങനെ ഒറ്റയ്ക്ക് ജീവിച്ചു മടുത്തു."

ആനന്ദിന്റെ ഒപ്പം പോയി താമസിച്ചു കൂടെ എന്ന് ചോദിക്കാതിരുന്നത് നന്നായിയെന്ന് പിന്നീട് തോന്നി.

" ഒരുദിവസം പോലും അവനെ കാണാതിരിക്കാൻ സാധിക്കാത്തതു കൊണ്ട് എന്നും അവന്റെയടുത്തേക്ക് പോകും."

പിന്നെ എന്തുകൊണ്ടാണ് രമാശങ്കർ അങ്ങനെയൊരു ഒറ്റപ്പെടലിന്റെ വിരസതയനുഭവിക്കുന്നതെന്ന് ആദ്യം മനസ്സിലായില്ല. അയാളുടെ തുടർന്നുള്ള വാക്കുകൾ എല്ലാ സംശയങ്ങൾക്കുമുള്ള മറുപടിയായി.

രമാശങ്കറിന്റെ ഏക സഹോദരനാണ് ആനന്ദ്. പഠനകാലത്തെല്ലാം

ഉയർന്ന ബുദ്ധിശക്തി ഉണ്ടായിരുന്ന അയാൾ ആർക്കും അറിയാത്ത ഏതോ കാരണത്തിൽപ്പെട്ട് ഭ്രാന്തനാവുകയായിരുന്നു. നീണ്ട വർഷങ്ങളിലെ ചികിത്സകളൊന്നും ആനന്ദനെ പഴയതുപോലെ തിരികെ കൊണ്ടു വന്നില്ല. കറുത്തവാവു ദിവസങ്ങളിൽ മൂർച്ചയേറുന്ന അയാളിലെ ഭ്രാന്തിനെ ഒറ്റയ്ക്ക് നേരിടാൻ കരുത്തില്ലാത്തതുകൊണ്ടും ജോലിസമയത്ത് ഒരു സംരക്ഷകൻ വേറെയില്ലാത്തതുകൊണ്ടും അസൈലത്തിൽത്തന്നെ നിറുത്തുന്നതാണ്. അതിൽ രമാശങ്കറിന് വിഷമമുണ്ട്.

അപരിചിതനായ(?)എന്റെ മുന്നിലിരുന്ന് അയാൾ കുറെ കരഞ്ഞു.

കണ്ണുനീർ മുത്തുകൾപോലെ ഉരുണ്ടുവീണു നനച്ച കത്തുകളൊക്കെ തുടച്ചു കൊടുത്താണ് യാത്രയാക്കിയത്. പുതിയ വിശേഷങ്ങളെ ചുമലിലേറ്റിപ്പറക്കുന്ന , വിശേഷങ്ങളൊന്നുമില്ലാത്ത തപാല്ക്കാരന്റെ ദുഃഖം എന്റേതു കൂടി ആണെന്ന് തോന്നിപ്പോയി.

ഒരുപക്ഷെ മനസ്സ് വായിച്ചെടുത്തത് എത്തിയതായിരിക്കുമോ രമാശങ്കർ? അയാൾ പടികളിറങ്ങുമ്പോഴും എന്തൊക്കെയോ പറഞ്ഞു കൊണ്ടിരുന്നു. സംസാരിച്ചിരിക്കാൻ ഒരാളെ കിട്ടണം എന്നാഗ്രഹിച്ചിരുന്ന രണ്ടു പേരുടെ സംഗമമാത്രകൾ ചുരുങ്ങി പ്പോയതിൽ അയാളെക്കാളേറെ താനും നിരാശനാണെന്ന് അയാളറിഞ്ഞിരിക്കുമോ? ഔപചാരികതകളൊന്നും ഉണ്ടായില്ലെങ്കിലും ആദ്യമായി എത്തിയ അതിഥിയോട് നന്ദിയും പിന്നെ കുറെ സഹതാപവും തോന്നി. എന്തിനായിരുന്നു എന്നറിയില്ലെങ്കിലും ഒറ്റപ്പെട്ട ദിനരാത്രങ്ങളുടെ വിരസത അതൊക്കെ തോന്നിപ്പി ക്കുന്നതിലും അതിശയോക്തി ഉണ്ടാവേണ്ടതില്ലല്ലോ.

അടുത്തയാഴ്ച അമ്മയുടെ കത്ത് എത്തുന്നതിനും മുമ്പു തന്നെ രണ്ടു കത്തുകൾ ലഭിച്ചിരുന്നു. രണ്ടും വച്ചുപോയത് രമാശങ്കർ ആയിരുന്നു. കത്തുമായി വരുന്ന നേരത്തൊന്നും രഘുനാഥൻ അവിടെയുണ്ടാകില്ലെന്ന് അറിയുന്നതുകൊണ്ട് എഴുതിവച്ചിട്ടു പോയതാണത്രെ.

ഒരു കത്തിലേക്ക് വലിച്ചുനീട്ടേണ്ട ബന്ധം തമ്മിലില്ലെങ്കിലും സംസാരിച്ചിരിക്കാൻ ഏറെ താൽപര്യമുള്ളതുകൊണ്ട് വിരോധമില്ലെങ്കിൽ കത്തിലെ വിലാസത്തിൽ ഒരു ദിവസം വരണം എന്ന് തുടങ്ങുന്ന കത്തുകൾ അയാളുടെ മനസ്സിനെ വീണ്ടും എനിക്കു മുമ്പിൽ തുറന്നുവച്ചു. കത്തിന്റെ പ്രസക്തിയെക്കുറിച്ച് സംശയിച്ചു നിന്നെങ്കിലും രണ്ടുദിവസം കഴിഞ്ഞ് വീണ്ടും ലഭിച്ച കത്ത് വായിച്ചതോടെ അയാളോട് സഹതാപത്തെക്കാളേറെ സ്നേഹം തോന്നിച്ചു.

വാടകവീട്ടിലാണ് രമാശങ്കറുടെ താമസമെങ്കിലും ഒരു ദിവസം പോലും അവിടെയുറങ്ങാൻ അയാൾക്ക് സാധിക്കാറില്ല. ആനന്ദിന്റയും തന്റെയും ജീവിതം ഭ്രാന്തമായ ചുറ്റുപാടിൽത്തന്നെ തീർന്നുപോയേക്കും എന്ന് അയാൾ ഭയന്നിരുന്നു. എങ്കിലും ആനന്ദിനു ശേഷം മാത്രമേ തന്റെ മരണം സംഭവിക്കാവൂ എന്ന ഒരേയൊരു ആഗ്രഹം മാത്രം ബാക്കിയുണ്ട്. തന്റെ മരണത്തിനുശേഷം ആനന്ദിന് ആരും ഉണ്ടാകില്ല എന്ന വിഷമം കൊണ്ടാണത്.

ആനന്ദും പിന്നെയുള്ള ചിലരും രമാശങ്കറിനെ ഉപദ്രവിക്കാറുണ്ട്. ആനന്ദിനെ കറണ്ടടിപ്പിക്കുന്നതിന് രമാശങ്കർ പണം നൽകുന്നുണ്ട് എന്നാണ് അയാൾ എല്ലാവരോടും പറഞ്ഞു നടക്കുന്നത്. ഭക്ഷണകാര്യങ്ങളിൽ രമാശങ്കർ നിർബന്ധം വയ്ക്കുന്നത് ശരീരഭാരം വർദ്ധിക്കുന്നു എന്ന ഡോക്ടറുടെ പരാതിയെ മാനിച്ചാണെങ്കിലും അനാവശ്യമായി അയാൾ തന്റെ കാര്യങ്ങളിലെല്ലാം ഇടപെടുന്നത് ആനന്ദിന് അസഹ്യമായിരുന്നു.

ആനന്ദ് മഹാവികൃതിയാണ്. 46 തികഞ്ഞ കുസൃതിക്കാരൻ. ഒരു നിമിഷം അടങ്ങിയിരിക്കില്ല. ജോലിക്കാരെ സഹായിക്കാനെന്നോണം ആനന്ദ് കാട്ടിക്കൂട്ടുന്ന കാര്യങ്ങൾ വേറെയുമുണ്ട്. ജനലഴികളിൽ കയറി നിന്ന് ഭിത്തികൾ അടിച്ചു വാരുന്നതും തുടയ്ക്കുന്നതും ദിവസത്തിൽ പലതവണ ആവർത്തിച്ചുകൊണ്ട് എല്ലാവരെയും ബുദ്ധിമുട്ടിക്കും.

ആനന്ദിനെക്കൊണ്ട് പൊറുതിമുട്ടിയ ദിവസങ്ങളിൽ ഇരുമ്പഴികളുള്ള വെളുത്ത കട്ടിലിന്റെ കാലുകളിൽ കൈകാലുകൾ കെട്ടിയിടുമ്പോൾ

വരുന്നവരെയൊക്കെ വിളിച്ചപേക്ഷിക്കും.

"ശങ്കർ എന്നെ കെട്ടിയിട്ടു. എനിക്ക് ധാരാളം ജോലികളുണ്ട്. എന്നെ വിട്ടയക്കൂ. അയാളെന്നെ ഷോക്കടിപ്പിക്കാൻ കൊണ്ടുപോകും. "

കഴിഞ്ഞദിവസം തൂപ്പുകാരൻ ആനന്ദിന്റെ കാലിൽ അടിച്ചത് വലിയൊരു വ്രണമായിരിക്കുന്നു. മരുന്നു വയ്ക്കാനൊന്നും അയാൾ സമ്മതിക്കില്ല.

....രഘുനാഥാ ഞാനിതൊക്കെ എഴുതിക്കൊണ്ടിരിക്കുമ്പോഴും ആരുടെയോ ഷൂസിനുള്ളിൽ നിന്നും മോഷ്ടിച്ച് ഒളിപ്പിച്ചിരുന്ന വിയർപ്പുഗന്ധമുള്ള കാലുറകൾ ഇടുന്ന ശ്രമത്തിലാണ് അവൻ.

....ബുദ്ധിമുട്ടില്ലെങ്കിൽ നീ വരണം. എന്റെ സ്നേഹം അവൻ അറിയുന്നില്ലെങ്കിലും എന്നെ കേട്ടിരിക്കാനുള്ള മനസ്സ് നിനക്കുണ്ടെന്നു തോന്നുന്നു. നിന്നെക്കുറിച്ച് ആനന്ദിനോട് പറയണമെന്നുണ്ട്. പക്ഷെ അയാൾ ഒരിക്കലും എന്റെ സംഭാഷണത്തിനു ചെവിതരില്ല. അവന്റെ ഏറ്റവും വലിയ ശത്രു ഞാനാണല്ലോ. നിന്നോടെങ്കിലും ഒന്ന് സംസാരിച്ചില്ലെങ്കിൽ എന്നോടൊപ്പം എന്റെ ദുഃഖങ്ങളും മഴത്തുള്ളി കളെക്കാൾ വേഗത്തിൽ പാതാളത്തെത്തേടി പോയേക്കുമെന്ന് ഞാൻ ഭയപ്പെടുന്നു. കുറെ ഭ്രാന്തൻമാരുടെ ലോകമാണ് എന്റേതെന്ന് പറയാൻ എനിക്കുള്ളത്. പന്ത്രണ്ടുമണി കഴിഞ്ഞതൊന്നുമറിയാതെ ഉറക്കമില്ലാതെ നടക്കുകയാണ് എന്റെ ആനന്ദ്.

രമാശങ്കറുടെ കത്തുകൾ ആവർത്തിച്ചു വായിക്കുന്നതിനിടയിൽ ആനന്ദിന്റെ ചിത്രം മനസ്സിൽ തെളിഞ്ഞു തുടങ്ങിയിരുന്നു. അയാളെ അടുത്തറിഞ്ഞ സുഹൃത്തിനെപ്പോലെ, കാണണമെന്ന മോഹം ശക്തിപ്പെട്ടു.

തിരക്കുകളൊക്കെ മാറ്റിവച്ച് പിറ്റേന്ന് വൈകുന്നേരം നേരത്തെയിറങ്ങി. നല്ല സുഹൃത്തുക്കളെങ്കിലും ഇല്ലെങ്കിൽ തനിക്കും മനസ്സിന്റെ സമനില നഷ്ടപ്പെടുമെന്ന് തോന്നിയതുകൊണ്ടുതന്നെ രമാശങ്കർ എഴുതിയിരുന്ന മേൽവിലാസം ലക്ഷ്യമാക്കി യാത്രതിരിച്ചു.

രമാശങ്കർ സ്ഥലത്തുണ്ടായിരുന്നില്ല. പുറത്ത് കാത്തുനിന്നു.

ഇറച്ചിക്കുവേണ്ടി കൊഴുപ്പിച്ച മാടുകൾ മതിലിനപ്പുറത്തുനിന്ന് ചുറ്റുപാടുകളെ വീക്ഷിക്കുന്നുണ്ടായിരുന്നു. അടിമകളായ കറുത്ത വംശക്കാരെ തോന്നിപ്പിച്ചിരുന്ന അവയും ചൂഷകരായ അധിപൻമാരുടെ സാമ്രാജ്യത്തിനുനേരെ ഒരിക്കൽ മുദ്രാവാക്യം മുഴക്കാതിരിക്കില്ല എന്ന് അങ്ങനെ നിൽക്കുമ്പോൾ വിചാരിച്ചു.

കണ്ടപ്പോൾ രമാശങ്കർ ഓടിവന്നു. അയാളുടെ സന്തോഷം നിധി ലഭിച്ച പട്ടിണിക്കാരന്റേതുപോലെ ആയിരുന്നു.

" രഘുനാഥൻ ഇന്ന് നേരത്തെ ഇറങ്ങിയോ? "

മറുപടി ഒന്നും കൊടുത്തില്ല.

പിന്നെയും കുറച്ചു കഴിഞ്ഞ് സംഭാഷം ദിനവിശേഷങ്ങളിൽ നിന്നും ലോകവാർത്തകളിലേക്കും മറ്റും വഴിതിരിയുന്നതിനിടെ ആനന്ദിനെ കാണാനാഗ്രഹിക്കുന്ന കാര്യം അയാളെ അറിയിച്ചു.

ആശുപത്രിയിലേക്ക് നടന്നുള്ള യാത്രയ്ക്കിടയിൽ ചോദിച്ചു.

" രമാശങ്കർ എന്നും നടന്നാണോ പോകുന്നത് ?"

" അതെ. വഴി പരിചയമില്ലാത്തവർ നടന്നാൽ ദൂരം ഏറെയാണെന്ന് തോന്നും. റിക്ഷ വിളിക്കാമെന്നുവച്ചാൽ...." അയാളത് പൂർത്തിയാക്കാതിരുന്നതിന്റെ കാരണം വ്യക്തമായിരുന്നു.

" എന്റെ കാലൻ വന്നു... "

അങ്ങനെ പറഞ്ഞ് ചിരിക്കുന്ന ഒരു മനുഷ്യന്റെ മുന്നിലേക്കാണ് എത്തിപ്പെട്ടത്.

"ഇതാണ് ആനന്ദ്."

ആനന്ദിനെ കണ്ടാൽ ശരിക്കും ഭയം തോന്നും. രമാശങ്കറിനൊപ്പം കസേരയിൽ നിശബ്ദമായി ഇരിക്കുമ്പോൾ സാധാരണക്കാരനായ ഒരു മനുഷ്യനായി ആനന്ദ് പലവട്ടം ഞങ്ങളെ കടന്ന് നടന്നുകൊണ്ടിരുന്നു. കുറച്ചുകഴിഞ്ഞ് ആനന്ദിന്റെ മൗനത്തിന്റെ കാരണം കണ്ടെത്തിയ രമാശങ്കർ ശബ്ദമുയർത്തി.

" എത്ര പറഞ്ഞാലും കേൾക്കില്ല. ആരുടെയെങ്കിലും പോക്കറ്റിൽ നിന്നും പാൻമസാല മോഷ്ടിക്കും."

സ്പഷ്ടമാകാത്ത ഏതൊക്കെയോ വാക്കുകൾകൊണ്ട് അയാൾ ആനന്ദിനെ ചീത്തവിളിക്കുന്നത് നോക്കി നിന്നു.

"അയാളുടെ പോക്കറ്റിൽ നിന്നാണ്." കുട്ടിത്തം മാറാത്ത പോലെ ആനന്ദ് ഒരാൾക്കു നേരെ കൈ ചൂണ്ടി.

" അവന്റെ കയ്യിൽ ഉണ്ടാവില്ലെന്ന് എനിക്കറിയാം."

"അയാളുടെ തന്നെയാണ്. "

" ബന്ധുക്കളും നാടും വീടും പോലുമില്ലാത്ത അയാൾക്ക് ആരാ ഇതൊക്കെ കൊടുക്കുക?... നീ കള്ളം പറയുകയാണ്."

"ശങ്കർ....."

ആനന്ദ് അയാളെ വിളിച്ചു. ദിവസങ്ങളായി മറന്നുകിടന്നിരുന്ന ആ കാര്യം എന്നെ വീണ്ടും ഭയപ്പെടുത്തി. ശങ്കരൻ എന്നത് ഒരു പേര് മാത്രമാണെന്നും ആർക്കും അത് സ്വീകരിക്കാനുള്ള സ്വാതന്ത്ര്യ മുണ്ടെന്നുമുള്ള വസ്തുതകളൊക്കെ നിലനിൽക്കെത്തന്നെ ശങ്കരൻ ഒരു പ്രളയം ആണെന്ന് തോന്നിപ്പോയി. പ്രളയക്കെടുതികൾ അവസാനിക്കാത്ത കഥകൾ പോലെ തുടരുന്നു.

"ശങ്കറും ആനന്ദും ഇവിടുത്തെ മുതിർന്ന അന്തേവാസികളാണ്. ഒരു മലയാളിയായ ശങ്കർ പറയുന്നതൊന്നും പലർക്കും മനസ്സിലാവില്ല. അയാളുടെ ബന്ധുക്കളെക്കുറിച്ച് ആർക്കും ഒരറിവുമില്ല. ഇന്നും കമ്പനിയുടെ മേൽവിലാസത്തിലാണ് അയാൾ ഇവിടെ കഴിയുന്നത്. എന്തോ, കമ്പനിക്കാരിൽനിന്നും അയാളുടെ വിലാസം ആരും തിരക്കിയിട്ടില്ലെന്നു തോന്നുന്നു."

രമാശങ്കറിനൊപ്പം ശങ്കരന്റെ മുന്നിൽ ചെല്ലുമ്പോൾ സംശയമോ ഭയമോ തോന്നി. അയാൾ ഏത് നാട്ടുകാരനായിരിക്കും? എങ്കിലും ഒരു അന്വേഷണത്തിന്റെ ഭാഗമായിക്കോട്ടെ എന്നു കരുതി മാത്രം അയാളെ

വിളിച്ചു.

"ശങ്കരേട്ടാ..."

അയാൾ തിരിഞ്ഞു നോക്കി.

"ഭവാനിയമ്മായി പറഞ്ഞു വിട്ടതാണെന്നെ."

അപരിചിതനായ ഒരുവനോട് മുഖവുരകളൊന്നും കൂടാതെ അങ്ങനെ പറയുന്നതിലെ അനൗചിത്യം ഒരു കുറ്റബോധത്തിലേക്ക് തള്ളിയിട്ടെങ്കിലും ധൈര്യം കൈവിടാതെ നിന്നു. ഒന്നുമല്ലെങ്കിലും അയാൾ ഒരു ഭ്രാന്തനാണ്. ഭവാനിയമ്മായിയെ അറിയില്ലെന്ന് പറയുമെന്ന് കരുതിത്തന്നെ അയാളുടെ മുഖത്തേക്ക് ഉറ്റുനോക്കി വീണ്ടും വിളിച്ചു.

"ശങ്കരേട്ടാ..."

അയാൾ വിളി കേട്ടില്ല.

"ഞാൻ രഘുനാഥനാണ്. അമ്മായി എന്നെ പറഞ്ഞയച്ചിട്ട് വന്നതാണ്."

വിചാരങ്ങളിൽ നിന്നും ഉയർത്തെണീറ്റ ശങ്കരൻ ചുവരുകളെ പ്രകമ്പനം കൊള്ളിച്ചുകൊണ്ട് അട്ടഹസിച്ചു.

"നീ രഘുനാഥൻ... ഞാൻ ശങ്കരൻ... ശങ്കരൻ, ആരുമില്ലാത്തവൻ. നിന്നെ ഇങ്ങോട്ടയക്കാൻ അവരോടാരു പറഞ്ഞു? അവർക്ക് സ്വന്തമായി മക്കളില്ലേ? അവരെ വിളിക്കാൻ പറയൂ... എന്നെ അവർക്കെന്തിനാണ്... ശങ്കരൻ ഭ്രാന്തനല്ലേ.... ശങ്കരന് ഭ്രാന്താണ്."

അത്ഭുതത്തോടെ അയാളെ നോക്കി നിൽക്കുന്ന എന്നോട് രമാശങ്കർ ചോദിച്ചു.

"എന്തുപറ്റി."

"ഇത് എന്റെ ഒരു ബന്ധുവാണ്. വർഷങ്ങൾക്കു മുമ്പ് കാണാതായ ഞങ്ങളുടെ ശങ്കരേട്ടൻ."

"ഞാൻ നിന്റെ ബന്ധുവല്ല."

അയാൾ അലറിക്കൊണ്ടിരുന്നു. രമാശങ്കറോട് പിന്നീടെപ്പൊഴോ ശങ്കരേട്ടന്റെ കഥകൾ പറഞ്ഞുവെങ്കിലും ഭ്രാന്തനായ ഒരുവന്റെ തിരിച്ചു വരവ് വീട്ടിലാരും ഇഷ്ടപ്പെടില്ലെന്ന് അറിയാമായിരുന്ന തുകൊണ്ട് സംഭവങ്ങളെല്ലാം രഹസ്യമായിത്തന്നെ നിലനിന്നു.

"ശങ്കരേട്ടാ ഞാൻ നാട്ടിലേക്ക് പോവുകയാണ്."

വർഷങ്ങളായി ഇഷ്ടമില്ലാതിരുന്ന അവധി ചോദിച്ചുവച്ചതിനു ശേഷം ശങ്കരേട്ടനെ കാണാൻ ചെന്നപ്പോൾ പറഞ്ഞു.

അമ്മയുടെ കത്തുകളിലെ ഭവാനിയമ്മായിയുടെ അന്ത്യാഭിലാഷ ത്തെക്കുറിച്ചെല്ലാം ശങ്കരേട്ടനോട് പറയുന്ന നേരത്ത് അസാധാരണമായ മൗനം അയാളുടെ മുഖത്ത് പറ്റി നിന്നിരുന്നു. പിന്നീടുള്ള ദിവസങ്ങളിൽ ശങ്കരേട്ടനിലെ മൗനം ആനന്ദിന്റെ ഗൗരവത്തെ കൂട്ടുപിടിക്കുന്നതും പതിവു കാഴ്ചയായി മാറി.

ദിവസങ്ങൾ കഴിഞ്ഞുള്ള ഒരു വൈകുന്നേരം ശങ്കരേട്ടൻ തന്നെയും കാത്തിരിക്കുകയായിരുന്നു. രമാശങ്കറിനൊപ്പം അന്ന് അയാളെ കാണാതായപ്പോൾ ശങ്കരൻ കുട്ടികളെപ്പോലെ കരയുന്നത് ആനന്ദ് രമാശങ്കർക്ക് കാട്ടിക്കൊടുത്തു. പിന്നീട് കാര്യങ്ങളറിഞ്ഞ് ഓടിയെത്തിയപ്പോൾ എടുത്തുവച്ചിരുന്ന പോലെ ഒരു രഹസ്യം അയാൾ പറഞ്ഞു.

"നാട്ടിൽ വരെ എനിക്കും വരണം."

മറുപടി പറഞ്ഞത് എന്തുതന്നെയായിരുന്നാലും സന്തോഷം മുഖത്ത് പടരുമ്പോഴും മനസ്സ് മരവിക്കും പോലെ തോന്നി. ശങ്കരൻ കമ്പനിയുടെ മേൽവിലാസത്തിലായിരുന്നതിനാൽ മാനസികനില തകരാറിലായ ഒരു അന്തേവാസിയുടെ വാക്കുകളെ മാത്രം പരിഗണിച്ച് അയാളെ വിട്ടുതരാൻ കഴിയില്ലെന്ന് ആശ്രമത്തിലുള്ളവർ കുറെ

പറഞ്ഞു.

പരിശ്രമങ്ങൾക്കൊടുവിൽ വിട്ടുകിട്ടിയ ശങ്കരേട്ടനെയും കൊണ്ട് വീട്ടിലെത്തിയപ്പോൾ മുൻകൂട്ടി അറിയിപ്പുകളൊന്നും ലഭിക്കാത്ത വീട്ടിലുള്ളവർ രണ്ടുപേരെയും മാറിമാറി നോക്കിക്കൊണ്ടിരുന്നു. ശങ്കരേട്ടനു നേരെ നീട്ടിയ ഉമ്മറത്തെ മൺകുടത്തിൽ നിന്നും അയാൾ തണുത്ത വെള്ളം വായിലേക്ക് കുത്തിയൊഴിച്ച് കുടിക്കുന്ന കാഴ്ച പലരിലും സംശയമുയർത്തിത്തുടങ്ങിയിരുന്നു. മുഖത്തെ ചിരി തുടച്ചുനീക്കിക്കൊണ്ടുതന്നെ മകന്റെ വരവറിഞ്ഞ് അമ്മ അകത്തു നിന്നും ദ്യതിയിൽ വന്നു. പിന്നെയും ആരൊക്കെയോ വന്നെങ്കിലും കൂടെയുള്ള മഹാപ്രശ്നം എങ്ങനെ കൈകാര്യം ചെയ്യുമെന്ന വിചാരം ആരിലേക്കും ശ്രദ്ധ വയ്ക്കുവാൻ അനുവദിച്ചില്ല.

ശങ്കരേട്ടന്റെ വസ്ത്രധാരണമെല്ലാം സാധാരണ മനുഷ്യരുടേതു പോലെ തന്നെയായിരുന്നെങ്കിലും അപരിചിതനായ വിരുന്നുകാരനെ അത്ഭുത വസ്തുവിനെപ്പോലെ എല്ലാവരും നോക്കി. യാത്രാവിശേഷങ്ങൾ ചോദിച്ചുകൊണ്ടിരിക്കുമ്പോഴും അമ്മയുടെ കണ്ണുകൾ തന്റെ മുഖത്തേക്കായിരുന്നില്ല. ശങ്കരേട്ടൻ വീട്ടിലുള്ള ഓരോരുത്തരെയും ചിരിച്ചു തൊഴുതുകൊണ്ട് കസേരയിലിരുന്നു, താൻ പോകുമ്പോൾ അവിടെ ഉണ്ടായിരുന്നില്ലാത്ത ഒരു ചുവപ്പു കസേരയിൽ.

വിഷയം എങ്ങനെ തുടങ്ങിവയ്ക്കണമെന്നറിയാതെ ഹൃദയ ത്തുടിപ്പുകൾ കുറച്ചു കൊണ്ടുവരാൻ ശ്രമിക്കുന്നതിനിടെ അകത്തേക്ക് പോയ അമ്മ തിരികെ വന്നു. പുതുതലമുറക്കാർക്ക് അപരിചിത നായിരുന്ന വിരുന്നുകാരനെ ഞാൻ വിളിച്ചു.

"ശങ്കരേട്ടാ" ആരുടേയും മുഖത്ത് നോക്കാതെ തുടർന്നു.

"ഓർമ്മയുണ്ടാവുമല്ലോ എന്റെ വീട്. ഇതെന്റെ അച്ഛനും അമ്മയും. പെങ്ങളും കുട്ടികളും അപ്പുറത്ത് നിൽക്കുന്നു. വർഷങ്ങൾ കഴിയുമ്പോൾ എല്ലാവരുടെയും മുഖം മാറുമല്ലോ. അതുകൊണ്ടാണ് പരിചയപ്പെടുത്തിയത്."

"ശങ്കരാ....."

ആശ്ചര്യത്തോടെയുള്ള അമ്മയുടെ വിളിയിൽ ശങ്കരേട്ടന്റെ ചിരി നിലച്ചു. ഗൗരവം വീണ്ടും പിടിപെട്ടു. രമാശങ്കറിന്റെ ഒപ്പം രഘുവിനെ കാണുമ്പോൾ ഉണ്ടായിരുന്ന പഴയ ഗൗരവം തന്നെ.

എല്ലാവരും ഉറങ്ങിയതിനു ശേഷമാണ് ഏട്ടൻ വിളിച്ചത്. ഉറക്കം വരാതെ, കുറച്ചു ദിവസങ്ങൾ നീളുന്ന അവധിക്കാലത്ത് ഉണ്ടായേക്കാവുന്ന സംഭവവികാസങ്ങളുടെ മുൻവിധികളിൽ എത്രയും വേഗം തിരിച്ചു പോകണം എന്ന ചിന്തയുമായി തിരിഞ്ഞു മറിഞ്ഞു കിടക്കുന്നതിനിടയിൽ നിന്നും വേഗം എണീറ്റു.

ഉമ്മറത്തു മാത്രം തെളിഞ്ഞു നിന്നിരുന്ന സിഎഫ്എൽ ന്റെ വിളറിയ വെളിച്ചത്തിൽ നിന്നുകൊണ്ട് ഏട്ടൻ സംസാരിച്ചുതുടങ്ങി.

"രഘൂ... സത്യം എന്നോട് പറയണം."

എന്തിനെക്കുറിച്ചാണ് പറഞ്ഞുവരുന്നതെന്ന് അറിയാമായിരുന്ന തുകൊണ്ട് തിരിച്ചൊന്നും ചോദിച്ചില്ല.

"ശങ്കരേട്ടനെ കൂടാതെ അമ്മയുടെ മുന്നിലേക്ക് വരാൻ വിഷമം ഉള്ളതുകൊണ്ടല്ലേ നീ വേറെ ആളുമായി വന്നിരിക്കുന്നത്? "

അങ്ങനെയും ചിന്തിക്കാം. ഓ... ഭാഗ്യമുണ്ട്. ഭ്രാന്തനായതുകൊണ്ട് മടക്കി കൊണ്ടുപോകാതെ തരമില്ലെന്ന് അറിയാമായിരുന്നു. എങ്കിലും ഇത്തരം സംശയങ്ങൾക്കുകൂടി സാധ്യതയുണ്ടെങ്കിൽ വേറൊന്നും വേണ്ടല്ലോ.

"ഏട്ടന് അങ്ങനെയും വേണമെങ്കിൽ വിശ്വസിക്കാം..."

"വേണമെങ്കിൽ വിശ്വസിക്കാം, എന്ന് പറഞ്ഞ് ഒഴിവാക്കേണ്ട. ഞാൻ നാളെത്തന്നെ വരാൻ പറഞ്ഞിട്ടുണ്ട് ശങ്കരേട്ടന്റെ അച്ഛനോട്."

ഉറക്കം വന്നും പോയുമിരുന്ന ഒരു രാത്രി ചെന്നവസാനിച്ചത് ഏട്ടൻ തലേദിവസം സൂചിപ്പിച്ച വ്യക്തിയുടെ വരവോടെയാണ്. ഏട്ടൻ പറഞ്ഞു തിരിപ്പിച്ചതുകൊണ്ടായിരിക്കണം ശങ്കരേട്ടന്റെ അച്ഛനും

വിശ്വസിച്ചില്ല. ചുട്ടുപഴുത്ത ഇരുമ്പുണ്ടയോളം ചൂടുള്ള അദ്ദേഹത്തിന്റെ കണ്ണുകൾ പതിഞ്ഞപ്പോൾ ഞാൻ ഉരുകിപ്പോയി. ശങ്കരനാണെന്ന് ആദ്യമൊക്കെ വിശ്വസിച്ചിരുന്നവരും കൂറുമാറിയത് അതിനുശേഷമാണ്.

മടക്കടിക്കറ്റുമായിട്ടാണ് വന്നതെങ്കിലും കൊണ്ടുവന്ന ടിക്കറ്റ് റദ്ദാക്കി മറ്റു രണ്ടെണ്ണം എടുത്തത് നാലുദിവസം നേരത്തെ എങ്കിൽ അത്രയുമായി എന്ന് വിചാരിച്ചാണ്. അന്യനായ ഭ്രാന്തനെക്കുറിച്ചുള്ള കഥകളൊന്നും ആരും വിശ്വസിച്ചില്ല. മടങ്ങുന്നതിനു രണ്ടുദിവസം മുമ്പ് എന്തോ മറന്നപോലെ ശങ്കരേട്ടന്റെ അച്ഛൻ തിരക്കിട്ടു വന്നു.

ഭ്രാന്തനായതുകൊണ്ടുതന്നെ ശങ്കരേട്ടന്റെ ഓരോ ചലനങ്ങളെയും സംശയത്തോടെയും ഭയത്തോടെയും വീക്ഷിച്ചിരുന്നവരെയൊക്കെ തള്ളിനീക്കി അകത്തേക്ക് പോയ അദ്ദേഹം എന്തൊക്കെയാണ് അവിടെ സൃഷ്ടിക്കുന്നതെന്ന് ശ്രദ്ധിക്കാതെ ഞാൻ തെങ്ങിൻ തോപ്പിലേക്ക് നടന്നു. നിമിഷങ്ങൾ കഴിഞ്ഞപ്പോൾ പിന്നിൽ നിന്നും പെങ്ങളുടെ കുട്ടി ആരോമൽ വിളിച്ചു.

"രഘു മാമനെ അവിടെ വിളിക്കുന്നു."

വിളിപ്പിച്ചത് ശങ്കരേട്ടന്റെ അച്ഛൻ തന്നെയാണ്. അദ്ദേഹത്തിന്റെ കണ്ണുകൾക്ക് പഴയ ചൂടില്ല.

"രഘൂ അവനെന്റെ ശങ്കരൻ തന്നെയാ..."

ഇത്ര പെട്ടെന്ന് ഒരു മാറ്റം, അതും ഒരിക്കലും വിചാരിക്കാത്തത് എങ്ങനെയാണ് ഉണ്ടായത്? വാർദ്ധക്യത്തിൽ ഒരു ഭ്രാന്തനെയെടുത്ത് ചുമലിൽ വയ്ക്കാനായിരിക്കുമോ? ഉത്തരം കിട്ടാത്ത ചോദ്യങ്ങൾ മനസ്സിലുയരുന്നതിനിടയിൽ എല്ലാവരോടും യാത്രപറഞ്ഞ് ശങ്കരേട്ടനെയും കൂട്ടി അദ്ദേഹം നടന്നുതുടങ്ങി. തിരികെ കൊണ്ടുപോകണം എന്നോ വാർദ്ധക്യത്തെ ശങ്കരേട്ടൻ കഷ്ടത്തിലാക്കും എന്നോ പറയണമെന്നുണ്ടായിരുന്നു, എങ്കിലും സാധിച്ചില്ല. ശങ്കരേട്ടന്റെ കാലിൽ ചെറുപ്പത്തിലെന്നോ ഒരു വലിയ മുറിവുണ്ടായിട്ടുണ്ട്. അത് പഴുത്ത് ഉണങ്ങാതെ കുറെ ചികിത്സിച്ചതാണ്. ഉണങ്ങിയ മുറിവ് ഒരു വലിയ കുഴി തന്നെ ശേഷിപ്പിച്ചിട്ടുണ്ട്. ഒരു പിടി അരിയെങ്കിലും വാരിയിടാവുന്ന കുഴി.

അതു നോക്കാനാണ് ശങ്കരേട്ടന്റെ അച്ഛൻ വീണ്ടും വന്നത്. പെങ്ങൾ ഒരു തിരിച്ചറിവിന്റെ വിവരണം നടത്തിക്കൊണ്ടിരുന്നു.

രാത്രിവൈകിയും ശങ്കരേട്ടൻ അറിയാതെ അയാളുടെ പെരുമാറ്റത്തെ നിരീക്ഷിച്ചുകൊണ്ട് ഞാൻ അവിടെയുണ്ടായിരുന്നു. സ്വന്തം വീട്ടിലെത്തിയതുകൊണ്ടാവണം ശാന്തനായി അയാൾ അന്തിയുറങ്ങി.

വീണ്ടും റദ്ദാക്കിയ കൂടുതലായി കൈയിലുണ്ടായിരുന്ന ശങ്കരേട്ടന്റെ ടിക്കറ്റ് യാത്രയിലുടനീളം എന്നെ ഭയപ്പെടുത്തി.

ജോലിക്ക് പോയി തുടങ്ങിയതിന്റെ മൂന്നാംനാൾ വാതിൽ തുറക്കുമ്പോൾ, വാതിലിന്റെ പഴുതിലൂടെ ഉള്ളിലേക്കിട്ട കത്ത് രമാശങ്കർ വന്നിരുന്നു എന്നകാര്യം മനസ്സിലാക്കിത്തന്നു. അമ്മയുടെ കത്താണെന്ന് വിചാരിച്ചാണ് തുറന്നത്. യാത്രാവിശേഷങ്ങൾ തിരക്കി എഴുതിയതായിരിക്കണം.

അന്യനായ ഒരാളുടെ കൈപ്പട കണ്ടപ്പോൾ ഉത്കണ്ഠയായി.

രഘൂ... ഈ തൊടിയിലൂടെ നടക്കുമ്പോൾ ഓർമ്മകൾ എന്റെ നെഞ്ചിലേക്ക് ഉയർന്നു വരുന്നു. ഈ ചുവരുകളും മഴക്കാലത്തെ പച്ചപ്പായൽ ഉണങ്ങിയിട്ടുള്ള ഓടുകൾ പാകിയ മേൽക്കൂരയും ലോകത്തിൽ എനിക്ക് ഏറ്റവും സുരക്ഷിതമായ ഇടമാണെന്ന് ഇവിടെയിരിക്കുമ്പോൾ തോന്നിപ്പോകുന്നു. അമ്മയെ കാണാനായില്ല എന്ന ദുഃഖം ബാക്കി നിൽക്കുന്നുണ്ട്.

ഒരു ഭ്രാന്തന് എന്തു ദുഃഖങ്ങൾ അല്ലേ... സത്യത്തിൽ ഇവിടെ നിൽക്കുന്ന നിമിഷങ്ങൾ എന്നെ ഭ്രാന്തനാക്കിക്കൊണ്ടിരിക്കുകയാണ്. ഭ്രാന്താശുപത്രികളിലും ആശ്രമങ്ങളിലും ഭ്രാന്ത് എന്റെ അഭിനയം മാത്രമായിരുന്നു. സ്നേഹിതന്റെ മരണം തീവണ്ടിക്ക് മുന്നിൽ ചാടി ആത്മഹത്യ ചെയ്ത ഒരു ദുരന്തമാണെന്ന് ലോകം എഴുതിത്തള്ളിയതാണെങ്കിലും മനസ്സാക്ഷി ഇന്നും എന്നെ വേട്ടയാടുന്നു.

മദ്യപിക്കാൻ ഒഴിഞ്ഞ ഒരിടം നോക്കി റെയിൽവേ പാലത്തിന്റെ

മുകളിൽ ഇരുന്ന ഞങ്ങൾ ഒരു കലഹത്തിൽ എത്തിയത് നിസ്സാരമായ പ്രശ്നങ്ങളെ പെരുപ്പിച്ചായിരുന്നു. മദ്യലഹരിയിൽ ട്രെയിൻ വരുന്നത് ഞാൻ അറിഞ്ഞതേയില്ല. എന്റെ കയ്യിൽ നിന്നു തന്നെ അയാൾ...

ജീവിതത്തിൽ ഒരു മടക്കയാത്ര ഉണ്ടാകുമെന്ന് കരുതിയിരുന്നില്ല. എങ്കിലും രഘുവിനോട് നന്ദിയോ മറ്റോ തോന്നിപ്പോവുകയാണ്. ഇവിടെ എനിക്ക് ഒരു സാധാരണക്കാരനായി ജീവിക്കണം. ആർക്കും ഒരു ഉപദ്രവവും വരുത്താതെ... അച്ഛനെ നോക്കണം. അങ്ങനെ കുറെയേറെ കാര്യങ്ങളുണ്ട്.

ശങ്കരേട്ടന്റെ കത്ത്!

ഒന്നും വിശ്വസിക്കാൻ കഴിഞ്ഞില്ല. രമാശങ്കറോടുപോലും പറയാൻ വിഷമം തോന്നി. വർഷങ്ങൾക്കു മുമ്പുള്ള സംഭവങ്ങളാണ് എന്നുപറഞ്ഞ് ഒഴിവാക്കാനും ധൈര്യമില്ല. മനപ്പൂർവ്വമല്ലെങ്കിലും ഒരു കൊലപാതകം ചെയ്യാൻ ശങ്കരേട്ടന് കഴിയുമോ?

വിവിധ സ്ഥലങ്ങളിൽ വച്ച് അനുഭവിക്കേണ്ടിവന്ന ദുരിതങ്ങളൊക്കെ കത്തിലുണ്ടായിരുന്നു. ഭ്രാന്തനായ ഒരുവന് കത്തുകൾ വന്നാൽ ആളുകൾ സംശയിക്കും. അതുകൊണ്ട് മറുപടി അയക്കരുത് എന്ന് പ്രത്യേകം എഴുതിയിരുന്നു.

കത്തുകൾ പ്രതിസന്ധിയിലാക്കുകയാണ്. ഭ്രാന്തനായ ഒരു ദത്തുപുത്രനെ മടക്കിക്കൊണ്ടുവന്നതിൽ ശങ്കരേട്ടന്റെ അനുജന്മാർക്കും അവരുടെ ഭാര്യമാർക്കും ദേഷ്യമുണ്ട്. ഒന്നുമല്ലെങ്കിലും... ഒരു സൂചനയെങ്കിലും തന്നിരുന്നെങ്കിൽ.... ഇക്കാര്യങ്ങളൊക്കെ എല്ലാവരോടും ഞാൻ പറഞ്ഞിരുന്നെങ്കിൽ, നിനക്ക് ശത്രുക്കൾ ഉണ്ടാവില്ലായിരുന്നു എന്നൊക്കെ പറഞ്ഞുള്ള അമ്മയുടെ കത്തുകൾ വേറെയും.

ബോധമനസ്സുകൊണ്ട് ഭ്രാന്തനായ ശങ്കരേട്ടനെ കാണാൻ മാസങ്ങൾക്കു ശേഷമുള്ള അവധിക്ക് എത്തിയപ്പോൾ അയാൾ വീണ്ടും ഇരുൾ മറഞ്ഞ്

നടന്നു തുടങ്ങിയിരുന്നു.

ഭ്രാന്തനെന്നും ഭ്രാന്തൻ തന്നെയാണ്. അതിന് ഒരു മടക്കയാത്രയില്ല!

കുട്ടികളുടെ പരിഹാസം നിറഞ്ഞ സല്ലാപത്തിനുശേഷം ഉപേക്ഷിച്ച നിലയിൽ കണ്ട ശങ്കരേട്ടനെ അനുഗമിച്ച് ഒരു നിഴൽ പോലെ വീടുവരെ എത്തി. ഉമ്മറത്ത് കയറിയ ഉടനെ തിരിഞ്ഞു നോക്കിയ ശങ്കരേട്ടൻ പറഞ്ഞു.

"രഘൂ.... എനിക്ക് ഭ്രാന്താണ്. ഞാൻ ഭ്രാന്തനാണ്. തിരിച്ചുപോക്കിൽ നീ എന്നെ അവിടെത്തന്നെ കൊണ്ടാക്കണം."

സ്വയം സൃഷ്ടിച്ചെടുത്ത അയാളുടെ ഭ്രാന്തമായ ലോകത്തിലേക്ക് ഞാൻ കൂടി എത്തിപ്പെടുമോ? ഞാൻ തിരികെ നടന്നു.

7

ഒരു പ്രകൃതിവിരുദ്ധത്തിന്റെ ചുരുക്കെഴുത്ത്

സമാന്തരമായി പോകുന്ന പ്രധാനവീഥിക്കും റെയിൽ പാതക്കുമിപ്പുറം ഏഴാംനിലയിൽ നിൽക്കുമ്പോൾ സ്വപ്നാലിയുടെ കണ്ണുകളിൽ ഒരു ശുനകന്റെ ദൃഷ്ടിയുടക്കി. സ്വപ്നാലിക്കു നായ്ക്കളോട് താൽപര്യമില്ലാതിരുന്നതുകൊണ്ട് അനാവശ്യമായിട്ടുള്ള അതിന്റെ നോട്ടം ഒരുതരം അസ്വസ്ഥതയാണ് ഉണ്ടാക്കിയത്. കോഹിനൂർ ടവറിനു താഴെ, ആരോ പറഞ്ഞുവിട്ടിട്ട് വന്നിട്ടെന്നോണം ആ നായ മേലേയ്ക്ക് നോക്കി നിലകൊണ്ടു.

അതിനു നേരെ സ്വപ്നാലി കൈകൾ വീശി. ചിന്തകളുടെ ലോകത്തിലാണ് അതെങ്കിൽ ബോധം തിരിച്ചെടുത്ത് പൊയ്ക്കോട്ടെ എന്ന് വിചാരിച്ചു തന്നെ. ഏതോ, മുകളിലൂടെ പറക്കുന്ന പ്രാണിയെയോ മറ്റോ പിടിക്കാനെന്നോണം വട്ടംകറങ്ങിയിട്ട് അത് വീണ്ടും സ്വപ്നാലിയെ നോക്കി നിലതുടർന്നു. പ്രധാന വീഥിയിലേക്ക് എത്തിപ്പെടുന്ന, ജനത്തിരക്കിൽ മോശം വരില്ലാത്ത, കോഹിനൂർ ടവറിന്റെ താഴത്തു കൂടി പോകുന്ന പാതയരികിൽ സ്വതന്ത്രനായി അവൻ ഇരുന്നു കൊള്ളട്ടെ. നായ്ക്കളോട് വെറുപ്പിനുള്ള കാരണം, അവയുടെ മനം മടുപ്പിക്കുന്ന ഗന്ധം, മട്ടുപ്പാവിലെ സ്വപ്നാലിയുടെ നാസാരന്ധ്രങ്ങളിൽ എത്തിപ്പെടുകയില്ല എന്നതുകൊണ്ടുതന്നെ അതിന്റെ ദൃഷ്ടിയെ സഹിക്കുന്നതിലും തെറ്റില്ല.

പ്രധാന നഗരവീഥിയിലൂടെ എണ്ണിത്തിട്ടപ്പെടുത്താൻ കഴിയാത്ത വിധം വാഹന പ്രവാഹമാണ്. ഏറെയും ഏറ്റവും പുതിയ ആഢംബര കാറുകൾ തന്നെ. അനാവശ്യമായ ആഡംബരങ്ങളോട് ഭ്രമം കുറവായതുകൊണ്ട് അവയുടെ ഒഴുക്ക് നോക്കിയിരിക്കുന്നത് അസഹനീയമാണ്. ഉയരത്തിൽ നിന്നു നോക്കുമ്പോൾ നിശ്ചലത മാത്രമാണ് നഗരജീവിതം എന്ന് തോന്നിപ്പോകും. ജീവിച്ചിരിക്കുന്നു എന്ന് സ്വയം ബോധ്യപ്പെടുത്താനാണ് അവധിദിവസങ്ങളിൽ ഏറിയപങ്കും ബാൽക്കണിയിൽ ചിലവിടുന്നത്.

പ്രധാനവീഥിയോട് ചേരുന്ന ഇടവഴികൾ ചേരികളിലേക്ക് നഗരത്തുടിപ്പിനെ എത്തിച്ചു കൊടുത്തുകൊണ്ടിരുന്നു. സിരകളും ധമനികളും രക്തത്തെ പിടിച്ചു വലിക്കുമ്പോൾ ജീവനൂറ്റിക്കുടിക്കുന്ന ലോമികകളെപ്പോലെ ഇടവഴികൾ നിലകൊള്ളുന്നു. നിശ്ചിത ഇടവേളകളിൽ അതുവഴി കടന്നു പോകാറുള്ളതായി സ്വപ്നാലി കണ്ടെത്തിയിട്ടുള്ള ഉന്തുവണ്ടികളിലൊന്ന് ശുനകനെയും കടന്ന് ചേരിയെ ലക്ഷ്യമാക്കി നീങ്ങി.

അദ്ദേഹമെന്നോ അവരെന്നോ അഭിസംബോധന ചെയ്യാവുന്ന Mx.വസന്തി അകത്ത് ഉറങ്ങുന്നുണ്ട്. കുറച്ചധികം ദിവസങ്ങളായി ഉറങ്ങാറില്ലാതിരുന്നത് വേദനയുടെ, ഇടയ്ക്കുള്ള ഓർമ്മപ്പെടുത്തലുകൾ നിമിത്തമായിരുന്നു. ആൻജിയോപ്ലാസ്റ്റി കഴിഞ്ഞശേഷം കുറച്ചു ദിവസങ്ങളിലേക്ക്കൂടി വേദന തുടരുമെന്ന് ഡോക്ടറും പറഞ്ഞതാണ്. രോഗത്തിന് ശമനമുണ്ടെങ്കിലും ആശുപത്രിയിൽ നിന്ന് മടങ്ങിയെത്തിയ നേരം ഏഴുനിലകളുടെയും പടികൾ കയറേണ്ടി വന്നു അദ്ദേഹത്തിന്. കോഹിനൂരിലെ ലിഫ്റ്റ് കുറച്ചു മണിക്കൂറുകൾക്കു മുമ്പ് നിന്നു പോയിരുന്നു. അധികഭാരമൊന്നും കൊടുക്കരുത് എന്നു നിർദ്ദേശിക്കപ്പെട്ടിരുന്ന വസന്തിയുടെ നെഞ്ച് മിടിക്കാൻ ഭയന്ന് കഷ്ടപ്പെടുന്നത് കണ്ടുനിൽക്കാനാവുന്നതിനും അപ്പുറത്തായിരുന്നു.

സ്വപ്നാലിയെക്കാൾ ഭയം വസന്തിക്കാണ്. രോഗം തന്നെയും കൊണ്ടു പോകുമോ എന്ന് ആശങ്കപ്പെട്ടിരുന്നു. വേദനകൾ മറന്ന് തങ്ങളുടെ കൊച്ചു സാമ്രാജ്യത്തിൽ ശാന്തമായി വസന്തി ഉറങ്ങുന്നു.

കോഹിനൂറിന്റെ താഴെ വാദ്യഘോഷങ്ങളുടെ അകമ്പടിയോടെ, നവദമ്പതിമാരെ ഉപവിഷ്ടരാക്കിയിട്ടുള്ള കുതിരവണ്ടിയെ അനുഗമിച്ച്, ഗുജറാത്തികളുടെ വിവാഹസംഘം കടന്നു പോകുന്നു. വിവാഹങ്ങളെല്ലാം ഓരോ ഉത്സവങ്ങളാണ്. രണ്ടു സംസ്കാരങ്ങളുടെ യോജിപ്പുതന്നെ. വസന്തിയുടെയും സ്വപ്നാലിയുടെയും വിവാഹത്തിന് ആഘോഷങ്ങളൊന്നും ഉണ്ടായിരുന്നില്ല. മനസ്സുകൊണ്ട് ഒന്നായിക്കഴിഞ്ഞ പല വിവാഹങ്ങളും അപ്രകാരമാണ്. പക്ഷെ സ്ത്രീയും പുരുഷനും ഇല്ലാത്ത വിവാഹം അത്യപൂർവ്വമാണ് എന്ന് വസന്തി തന്നെ ഇടയ്ക്കൊക്കെ പറഞ്ഞു ചിരിക്കും.

വസന്തിയെ ഷണ്ഡൻ എന്നാണ് പലരും വിളിക്കാറ്. തീവണ്ടി യാത്രക്കിടയിലായിരുന്നു വസന്തിയെ കണ്ടുമുട്ടിയത്. വേനൽ ചൂടിൽ പാതിഉരുകിയ മെഴുകുതിരി പോലെയും മഴക്കാലത്ത് അലിഞ്ഞു തീരാറായ ഉപ്പുകല്ല് പോലെയുമായിരുന്നു വസന്തി റെയിൽവേ സ്റ്റേഷനിൽ കാണപ്പെട്ടിരുന്നത് .

സ്ത്രീകളുടെയും പൊതുവായതുമായ കമ്പാർട്ട്മെന്റ്കളിൽ വസന്തി മാറിമാറി കയറിയിരുന്നു. സ്വന്തം വ്യക്തിത്വത്തെ അവകാശത്തോടെ മറ്റുള്ളവരെ ബോധ്യപ്പെടുത്താൻ വസന്തി നിരവധി ശ്രമങ്ങൾ നടത്തി യിരുന്നെങ്കിലും ദൃഷ്ടിമുനകൾ കൊണ്ട് മിക്കവരും അദ്ദേഹത്തെ വേട്ടയാടിക്കൊണ്ടിരുന്നു. പക്ഷേ വസന്തി വാക്കുകൊണ്ട് പോലും ആരെയും ഒരിക്കലും നോവിച്ചില്ല. ആരുടെയും അവസരങ്ങൾ വെട്ടിപ്പിടിച്ചില്ല. കൂക്കി വിളിക്കുന്നവർക്ക് നേരെ കോപത്തോടെ നോക്കിയതുമില്ല.

കരിമ്പിന്റെ നീരൂറ്റുന്ന, ചിലങ്ക കെട്ടിയ യന്ത്രത്തിനരികിലൂടെ നടന്ന് സബ് വേയിൽ നിന്ന് കയറുന്നിടത്ത് ഇടുങ്ങിയ ഒരു നടപ്പാതയുണ്ട്. വസന്തിയെ കാണാൻ മാത്രമായിരുന്നു സ്വപ്നാലി ആ വഴി സ്ഥിരമാക്കിയത്. ഒരു കൗതുകം മാത്രം മനസ്സിലിട്ട് അവരുടെ ജീവിതത്തെ നിരീക്ഷിച്ചുകൊണ്ടിരുന്നെങ്കിലും വസന്തിക്ക് ആരെയും ശ്രദ്ധിക്കാൻ സമയമില്ലായിരുന്നു.

തണൽ മരങ്ങളുടെ നിഴലിനെ കൂട്ടുപിടിച്ച് സാമാന്യത്തിലധികം വേഗതയിൽ റെയിൽവേ സ്റ്റേഷനിലേക്ക് കുതിച്ചിരുന്ന വസന്തി സ്ത്രീകളുടെ വസ്ത്രധാരണത്തോട് ചായവു കാട്ടിയിരുന്നു. ഉയർന്ന മാറിടത്തിന് യോജിച്ചത് അത്തരം വേഷവിധാനമാണ് എന്ന് അവർക്ക് ഉപദേശിച്ചു കൊടുത്തത് അമ്മായിയാണത്രേ. എങ്കിലും നിരന്തരം ക്ഷൗരം ചെയ്യുന്ന മുഖത്ത് പൗരുഷവും നിറഞ്ഞുനിന്നു.

വസന്തിയുടെ യാത്രകൾ മാട്ടുംഗയിൽ അവസാനിക്കുന്നവയായിരുന്നു. വിധിയെ പഴിച്ച് ബലഹീനതകളിൽ കൂടുകെട്ടി ശാപത്തിന് അടയിരിക്കാൻ തനിക്കാവില്ലെന്ന് മറ്റുള്ളവരെ ബോധ്യപ്പെടുത്താനെങ്കിലും അവർ ഏതോ തൊഴിലിനു പോവുകയാണെന്ന് മനസ്സിലാക്കിയെടുത്തു. മുഖവും മാറിടവും ജന്മ വൈരുദ്ധ്യത്തിൽ നിലകൊണ്ടപ്പോൾ സ്വപ്നാലി സംശയിച്ചു - ആണായിരിക്കുമോ പെണ്ണായിരിക്കുമോ? ആ സംശയം അവരുടെ സൗഹൃദം ദൃഢപ്പെടുന്നതുവരെ നീണ്ടു പോയി.

൭

മധ്യറെയിൽവേ യാത്രക്കാരുടെ നിത്യ ശല്യമായ ഷണ്ഡന്മാരുടെ സംഘത്തിൽ Mx. വസന്തിയെ ആരും ഒരിക്കലും കണ്ടിട്ടില്ല.

ജനങ്ങൾ മുഖംതിരിച്ചും കൂട്ടംകൂടി പരിഹസിച്ചും ഷണ്ഡന്മാരെ അപമാനിക്കുന്ന ഒരു ജനറൽ കമ്പാർട്ട്മെന്റ് വച്ചാണ് വസന്തി ആദ്യമായി എന്നെ നോക്കിയത്. ഞാൻ സ്വപ്നാലിയാണെന്നോ സെന്റ് സേവിയേഴ്സ് കോളേജിലെ ജീവനക്കാരിയാണെന്നോ മനസ്സിലാക്കിക്കൊണ്ടുള്ള ഒരു നോട്ടമായിരുന്നില്ല അത്. നിസ്സഹായതയിൽ നിന്നും രക്ഷപ്പെടുവാൻ പണിപ്പെട്ട കണ്ണുകൾ അറിയാതെ ഉടക്കിയതാണ്.

പെണ്ണിന്റെ വേഷമിട്ടുനടന്നാൽ പെണ്ണും ആണും അല്ലാത്തവൻ പെണ്ണാകുമോ?

സ്ത്രീവേഷം തന്നെ അതും മാന്യമല്ലാത്ത രീതിയിൽ ധരിച്ചിരിക്കുന്ന ഷണ്ഡന്മാരുടെ കൂട്ടത്തിലുള്ള ഒരാളാണ് അതു പറഞ്ഞത് എന്നതു കൊണ്ടുതന്നെ മേൽ പറഞ്ഞതിന്റെ അർത്ഥം എനിക്ക് മനസ്സിലായില്ല.

മറ്റു യാത്രക്കാരിൽ നിന്നും അവകാശത്തോടെ ഭിക്ഷ വാങ്ങുകയും കൊടുക്കാൻ മടിക്കുന്നവരുടെ പോക്കറ്റിൽ കയ്യിടുകയും ചെയ്തു കൊണ്ട് അവർ അരങ്ങു തകർത്തു. പോക്കറ്റിൽ കയ്യിട്ടാലും ആരും ഒന്നും പറയാറില്ലാത്തത് അകത്ത് ഒളിപ്പിച്ച ഭയം കൊണ്ടായിരുന്നു. എന്തെങ്കിലും പറയാൻ മുതിർന്നവർക്കു നേരെ അവർ നഗ്നതയും പ്രദർശിപ്പിച്ചു കളയുമത്രേ ! പക്ഷെ എന്റെ സഹയാത്രിക ഒരിക്കലും അങ്ങനെയായിരുന്നില്ല. ഒരുവിധത്തിൽ പറഞ്ഞാൽ സാഹചര്യ ങ്ങളായിരിക്കാം മറ്റുള്ളവരെ പൊതു ജീവിതശൈലി ഉള്ളവരാക്കി തീർത്തതും.

വസന്തിയുടെ ഉയർന്ന മാറിടവും തോളൊപ്പം ഇറങ്ങി കിടന്നിരുന്ന എണ്ണയൊലിക്കാത്ത വൃത്തിയുള്ള മുടിയും നോക്കി ആരൊക്കെയോ അടക്കം പറഞ്ഞു തുടങ്ങിയത് ആ സംഘം സ്ലീപ്പർ കോച്ചിലേക്ക് അടുത്ത സ്റ്റേഷനിലെത്തിയപ്പോൾ മാറിയതിനു ശേഷം മാത്രമാണ്.

"ഹലോ... ഞാൻ സ്വപ്നാലി".

നടപ്പാതയിൽ അവരെ കണ്ടില്ലെങ്കിലും, അവരെന്നെ നോക്കിയതിന്റെ പിറ്റന്നാൾ, തീവണ്ടി കാത്തുനിൽക്കുന്ന നേരത്ത് സ്വയം പരിചയ പ്പെടുത്തി.

അത്, തീവണ്ടി വൈകിയ വെള്ളപ്പൊക്കമുള്ള ഒരു ദിവസമായിരുന്നു. പ്ലാറ്റ്ഫോമിൽ നിറഞ്ഞു നിന്നിരുന്ന വെള്ളത്തി ലൂടെ, സമാനലക്ഷ്യവുമായി നിൽക്കുന്ന അനേകർക്കിടയിലൂടെ, ബോധപൂർവ്വമല്ല എന്ന് ആരെയൊക്കെയോ തോന്നിപ്പിക്കും വിധത്തിൽ ഞാൻ അവരുടെ അടുത്തേക്ക് നടന്നെത്തിയതായിരുന്നു.

എന്റെ വാക്കുകളെ തിരികെ അഭിസംബോധനയോടെ മാനിക്കുന്നതു പകരം തലേന്ന് ആരുടെയൊക്കെയോ ഉയർന്ന ചിരികളിൽ പകച്ചുപോയ അതേ കണ്ണുകളോടെ ചിരികൊണ്ട് ഒതുക്കി കളഞ്ഞു.

ദയവായി എന്നെ പരിഹസിക്കരുത് എന്ന ആ ചിരിയിൽ ഉള്ളടക്കം ചെയ്തിരുന്നതായി തോന്നി.

കുറച്ചധികം നിമിഷങ്ങൾക്കു ശേഷം വന്നുനിന്ന തീവണ്ടിയിലേക്ക് ജനം ഇരച്ചു കയറി. പ്രാദേശികമായി ഓടുന്ന നിരവധി തീവണ്ടികൾ ഉണ്ടെങ്കിലും മഴക്കാലം പലതിനെയും പണിമുടക്കിച്ചിട്ടുണ്ട്. ജോലി സ്ഥലങ്ങളിൽ എത്തിപ്പെട്ടവർ വൈകുന്നേരം തിരികെയെത്താമെന്ന് ആർക്കും വാക്കുകൊടുത്തിട്ടില്ല. എല്ലാവരും വെള്ളപ്പൊക്കത്തെ അതിജീവിച്ചു യാത്ര തുടരുകയാണ്. അങ്ങനെ എത്തിപ്പെട്ട തീവണ്ടിയിൽ നൊടിയിടകൊണ്ട് കയറിപ്പറ്റുന്നതാണ് ഏറ്റവും കഷ്ടം. ഒന്നോ രണ്ടോ നിമിഷങ്ങൾ മാത്രം നീളുന്ന പ്രവേശന സമയം കൊണ്ട് പകുതി യാത്രക്കാർക്കു പോലും, പ്രത്യേകിച്ചു മഴക്കാലത്ത് അകത്തു കടക്കാനാവില്ല എന്നത് വസ്തുതയാണ്.

മുംബൈ മെട്രോയിലെ കഥകൾ എന്തുതന്നെയായിരുന്നാലും പ്രവേശനം ലഭിച്ചവരുടെ ഗണത്തിൽ ഞങ്ങളിരുവരും ഉണ്ടായിരുന്നു.

തിരക്കേറെയുള്ളപ്പോൾ അടുത്ത് കാണാറില്ലെങ്കിലും അവരുടെ പരിചയപ്പെടൽ ദീർഘനാളായി ആഗ്രഹിച്ചിരുന്നതുകൊണ്ട് അകന്നു പോകാതിരിക്കാൻ പരിശ്രമിക്കേണ്ടി വന്നു. തീവണ്ടി ചെറിയ ഒരു ഞെട്ടലോടെ അതിന്റെ സ്പന്ദനതാളം തുടരുന്നതിനിടെ എപ്പോഴോ ചോദിക്കാതിരിക്കാനായില്ല.

"പേര് ?"

പറയാൻ താല്പര്യപ്പെടുന്നില്ല എന്നമട്ടിൽ അവർ ചിരിച്ചുകൊണ്ട് എല്ലാം അവസാനിപ്പിക്കാൻ വീണ്ടും ശ്രമിച്ചു. അങ്ങനെ തീവണ്ടി യാത്രകൾ ഏതോ ഒരു സുപ്രഭാതത്തിൽ പരിചയത്തിലേക്കും പരിചയത്തെ ഉപേക്ഷിച്ചു സൗഹൃദത്തിലേക്കും വഴിവച്ചു.

ചുറ്റുമുള്ള പരിഹാസകരുടെ ഗണത്തിൽ നിന്നും വ്യത്യസ്തയാണ് താൻ എന്ന് തോന്നിയതുകൊണ്ടാണ് സംസാരിക്കാൻ തുടങ്ങിയതെന്ന് പിന്നീടൊരിക്കൽ വസന്തി പറഞ്ഞിട്ടുണ്ട്.

Mx. വസന്തി അത് അവരുടെ പേരായിരുന്നു. പരിചയത്തിന്റെ നാളുകൾ വിട്ട് സൗഹൃദം വർദ്ധിക്കും വരെ വസന്തി എന്റെ മനസ്സിൽ ഒരു സ്ത്രീ കഥാപാത്രമായി തുടർന്നു.

ഓരോ ദിവസത്തെയും ഒന്നിച്ചുള്ള യാത്രകൾ തുടങ്ങുന്നതും അവസാനിക്കുന്നതും ചിലങ്കകൾ ശബ്ദിക്കുന്ന മരച്ചുവട്ടിലായിരുന്നു. ഓരോ മണിക്കൂറുകൾ വീതം രണ്ടുനേരം തുടരുന്ന യാത്രകളിൽ കണ്ണീർ തുടച്ചുകൊണ്ട് വസന്തി പറയുന്ന ജീവിതത്തിലെ കഥകൾ കേട്ടിരിക്കും.

വസന്തി ഓർക്കാൻ പോലും ഇഷ്ടപ്പെടാത്ത രണ്ട് വ്യക്തികൾ മാതാപിതാക്കളാണ്. ഷണ്ഡനാണെന്ന കുറ്റത്താൽ വീട്ടിൽ നിന്നും തന്നെ പുറത്താക്കിയ അവരെ ഒരിക്കലും സ്നേഹിക്കണമെന്ന് വസന്തി വിശ്വസിക്കുന്നില്ല. 'വസന്തി' ആവുന്നതിനു മുമ്പ് ലോകം വെറുപ്പ് കാണിക്കാൻ തുടങ്ങി. അതെല്ലാം കൗമാരത്തിന്റെ ആരംഭ നാളുകളിലായിരുന്നു. അസാധാരണമായ ശരീരമാറ്റങ്ങൾ കണ്ട് അമ്പരന്ന ഉറ്റവർ ആശ്വസിപ്പിക്കുമെന്ന പ്രതീക്ഷ വെറുതെയായി. ഒറ്റപ്പെടുത്തുന്ന സമൂഹത്തിനൊപ്പം നിന്നു മാതാപിതാക്കളും.

വസന്തിക്ക് മറ്റെന്തോ പേരായിരുന്നു. പുറംതള്ളിയ സമൂഹത്തിനോടുള്ള വാശിക്ക് അവർ സ്വയം ഇട്ട പേരാണ് വസന്തി. ഒരിക്കലും പേരിട്ടവരെ ഓർമ്മിക്കാതിരിക്കാനാണത്രെ അങ്ങനെ ചെയ്തത്.

വസന്തിയെ ഏറ്റെടുത്തത് അകന്ന ഒരു ബന്ധു ആയിരുന്നു. വിധവയായ അവർക്ക് മക്കളുണ്ടായിരുന്നില്ല. വസന്തിയുടെ ദുഃഖം കേട്ടപ്പോൾ സ്വന്തം കുട്ടിയായിത്തന്നെ അവർ സ്വീകരിച്ചു.

മഞ്ഞുകാലത്ത് ശ്വാസകോശസംബന്ധമായ രോഗങ്ങളാൽ ബുദ്ധിമുട്ടിയിരുന്ന അവർക്ക് വസന്തി ഒരു ആശ്വാസമായിരുന്നു. ദുഃഖിതരുടെയോ കഷ്ടപ്പെടുന്നവരുടെയോ അരികിലേക്ക് അവർ തന്നെ വെറുക്കുന്നില്ലെങ്കിൽ മാത്രം, എത്തിപ്പെടാൻ വസന്തി എന്നും ഇഷ്ടപ്പെട്ടു.

വാർദ്ധക്യത്തിലെ അവശതകൾ അതികഠിനമായിരുന്ന മാതാവിനെയും

പിതാവിനെയും സ്നേഹിച്ചു ശുശ്രൂഷിച്ചിരുന്ന ആ അമ്മായിയെക്കുറിച്ച് പറയുമ്പോൾ തനിക്ക് ആരൊക്കെയോ ഉണ്ടെന്ന് തോന്നുമത്രേ. അവരുടെയൊക്കെ മരണനേരങ്ങളിലും അമ്മായിയെ സഹായിച്ചത് വസന്തി ആയിരുന്നു.

കമ്പനിയുദ്യോഗം ലഭിച്ചതിനു പിന്നിലും ഒരു വലിയ മനുഷ്യന്റെ സന്മനസ്സുണ്ടായിരുന്നു എന്നത് വസന്തി എന്നും നന്ദിയോടെ ഓർത്തു. എങ്കിലും സഹപ്രവർത്തകരെല്ലാം ഒരുമിക്കുന്ന ആഘോഷ വേളകളിൽ വസന്തി പിന്നെയും ഒറ്റപ്പെട്ടു. മനുഷ്യർ ചിരിക്കുന്നതിന് ഒരുപാട് അർത്ഥങ്ങളുണ്ടെന്ന് വസന്തി പറയും. ചിരിക്കുന്ന മുഖങ്ങളെ അവർക്ക് ഭയമായിരുന്നു.

എല്ലാവരും വെറുക്കുന്ന വസന്തി എന്റെ ജീവിതത്തിന്റെ ഭാഗമായി മാറിയത് വളരെ പെട്ടെന്നാണ്. സ്നേഹിക്കാൻ അറിയാവുന്ന ഒരു മനസ്സ് വസന്തിക്ക് ഉള്ളതുകൊണ്ടുതന്നെ എന്നെ സ്നേഹിച്ചു തുടങ്ങി. സ്നേഹിക്കപ്പെടേണ്ട ഒരു വ്യക്തിത്വം തന്നെയാണ് അവരുടേതെന്ന് ഞാനും വിശ്വസിക്കുന്നു. നനവുള്ള മിഴികളുമായി അപകർഷതയുടെ തീച്ചൂളയിൽ നീങ്ങിക്കൊണ്ടിരുന്ന വസന്തി ജീവിക്കുന്നതിനു വേണ്ടി മാത്രം പടപൊരുതുന്നത് അസഹനീയമായിരുന്നു.

മാംസത്തിന് പുറംതോലുനൽകുന്ന ആകർഷണങ്ങളെയല്ലാതെ സ്വപ്നാലി, സ്നേഹിക്കുവാൻ മറ്റുള്ളവർ ഭയക്കുന്ന എന്തിനെയോ ഭയമൊന്നും കൂടാതെ ഇഷ്ടപ്പെട്ടു. ഒരു വിവാഹ ബന്ധത്തിലേക്ക് എത്തണമെന്ന് സ്വപ്നാലിയോ വസന്തിയോ വിചാരിച്ചിരുന്നെങ്കിൽക്കൂടി വിവാഹത്തിന് വീട്ടുകാർ അതിയായി നിർബന്ധിച്ചുകൊണ്ടിരുന്ന കാരണത്താൽ വീട്ടുകാരെത്തന്നെ

ഉപേക്ഷിക്കേണ്ടതായി വന്നു സ്വപ്നാലിക്ക്.

വിവാഹത്തെ സ്വപ്നാലി ഭയന്നത് വസന്തിയോടുള്ള പ്രണയം നിമിത്തമായിരുന്നോ എന്നറിയില്ല. വിവാഹാനന്തരം വസന്തിയെ കാണുന്നതിനും സംസാരിക്കുന്നതിനും ഭർത്താവ് അനുവദിക്കില്ലെന്ന ഭയം അവിവാഹിതയായി ജീവിക്കാമെന്ന തീരുമാനത്തിൽ അവരെ കൊണ്ടെത്തിച്ചു. ഏതുവിധേനയും വിവാഹത്തിനു സമ്മതിക്കുന്ന തിനു വേണ്ടിയായിരുന്നു സ്വപ്നാലിയുടെ വീട്ടുകാർ വീട്ടിൽ നിന്ന് ഇറക്കിവിടുമെന്ന് ഭീഷണിപ്പെടുത്തിയതെങ്കിലും അവൾ ഇറങ്ങി പ്പോവുകതന്നെ ചെയ്തു.

സ്വവർഗ്ഗ വിവാഹങ്ങൾക്ക് നിയമത്തിന്റെ പിൻബലത്തിനായി ആരൊക്കെയോ മുറവിളി കൂട്ടുന്നത് മാധ്യമങ്ങളിൽ കൊട്ടിഘോഷി ക്കപ്പെട്ട കാലത്ത്, തന്നെ വിവാഹം ചെയ്യാൻ സമ്മതമാണോ എന്ന് ചോദിച്ചപ്പോൾ വസന്തി പൊട്ടിച്ചിരിച്ചു. കൂട്ടുകാരിയുമായുള്ള ഹൃദയബന്ധം അവസാനിച്ചു പോകാതിരിക്കാനെങ്കിലും വസന്തിക്ക് ഒരു തമാശക്കല്യാണത്തിന്റെ കേന്ദ്രബിന്ദുവാകേണ്ടി വന്നു. വരന്റെ പേരായി ചേർക്കപ്പെട്ടത് വസന്തിയുടെ പേരായിരുന്നു. സ്വപ്നാലി തനിക്ക് അവകാശപ്പെട്ടതാണെന്നു വന്നപ്പോഴും പ്രണയം ചാലിച്ച് ബന്ധത്തെ വളച്ചൊടിക്കാൻ വസന്തി മുതിർന്നില്ല.

തണുത്ത കാറ്റു വീശുന്ന സന്ധ്യാവേളകളിൽ ലോകം നിഷേധിച്ച സ്നേഹം വസന്തിക്ക് നൽകണം എന്നുറച്ച സ്വപ്നാലി അവർക്കു ധൈര്യം നൽകി. രാവുകൾ പകലുകളിലേക്കും പകലുകൾ തിരികെ രാവുകളിലും കൈമാറിയ ജീവിതചക്രം വർഷങ്ങൾ നീണ്ട പ്രയാണത്തിനിടയിൽ പെട്ടെന്നു നിന്നത് വസന്തിയെ ശക്തമായ നെഞ്ചുവേദന നിമിത്തം ആശുപത്രിയിലാക്കിയ ഒരു സന്ധ്യാ നേരത്തായിരുന്നു. ഒരു വർഷം മുമ്പാണ് ഹൃദയത്തിനു കാര്യമായ തകരാറുകൾ ഉണ്ടെന്നകാര്യം തിരിച്ചറിയുന്നതും ചികിത്സ തുടങ്ങുന്നതും. സ്വപ്നാലി ഭയന്നു. വസന്തിയുടെ സൗഖ്യത്തിനായുള്ള പ്രാർത്ഥനയുമായി കണ്ണുനീർവാർക്കുകയോ, കർത്തവ്യങ്ങൾ നിറവേറ്റാനായി ഓടിനടക്കുകയോ ... എന്താണ് ചെയ്യേണ്ടതെന്ന് മസ്തിഷ്കം നിർദ്ദേശിക്കാത്തതുപോലെ.

"സ്വപ്നാ ഞാൻ പോയിക്കഴിഞ്ഞാൽ താൻ..."

വേദനയേറുന്ന രാത്രികളിൽ വസന്തിയുടെ ഏകദുഃഖം അതായിരുന്നു. അങ്ങനെയൊന്നും സംഭവിക്കില്ലെന്ന് ഉള്ളിലെ ഭയം മറച്ചുവച്ച് സ്വപ്നാലി ആശ്വാസവാക്കുകൾ പറഞ്ഞു.

സ്വന്തമായി ആകെയുള്ളത് കോഹിനൂർ ടവറിലെ സാമാന്യം വലിപ്പമുള്ള ഒറ്റമുറി മാത്രമാണ്. കോഹിനൂറിൽ സ്വന്തമായി ഒരു മുറി വാങ്ങണം എന്നത് വന്തിയുടെ ആദ്യത്തേതും അവസാനത്തേതുമായ വാശിയായിരുന്നു. ഒരു വീടിനായി ഒട്ടേറെ ഇടങ്ങളിൽ തിരക്കിയതാണ്. ഷണ്ഡൻമാർക്ക് വസ്തുവകകൾ വിൽക്കാൻ പാടില്ലെന്ന് വെളിച്ചം കടക്കാത്ത ബുദ്ധിയുള്ളവർ വാശി പുലർത്തിയ നാളുകളിൽ ആരോ പറഞ്ഞറിഞ്ഞു, കോഹിനൂർ ടവറിൽ താമസിക്കുന്ന ഒരു മലയാളി കുടുംബം കേരളത്തിലേക്ക് തിരിച്ചുപോവുകയാണ്. സ്വപ്നാലി ആണ് വസന്തി എന്നുപറഞ്ഞാണ് കച്ചവടം ഉറപ്പിച്ചതെങ്കിലും അത് വേണ്ടിയിരുന്നില്ല എന്ന് മനസ്സിലാക്കിയത് മാന്യമായ അവരുടെ പെരുമാറ്റത്തിൽ നിന്നാണ്.

കോഹിനൂറിൽ താമസമാക്കിയ ശേഷം അയൽക്കാരനായ ഷണ്ഡനെ എങ്ങനെയെങ്കിലും ഒഴിവാക്കാൻ ചിലർ ശ്രമിച്ചിരുന്നു. സാധനങ്ങൾ വാങ്ങാൻ ചന്തയിൽ പോകുമ്പോൾ കൂക്കിവിളിച്ചിരുന്നവരെ നേരിടാൻ കഴിഞ്ഞത് സ്വപ്നാലി നൽകിയ ധൈര്യം കൊണ്ടു മാത്രമാണ്.

പൂർവ്വകാലത്തെക്കുറിച്ച് സ്വപ്നാലി വെറുതെ ഓർത്തു നിന്നപ്പോഴും കഴുത്തിൽ പാടുകളുള്ള വെളുത്ത നായ കോഹിനൂർ ടവറിന്റെ താഴെനിന്ന് പോയിരുന്നില്ല. അസാധാരണമായി അത് ഓരിയിടുന്നതും നിലത്തു കിടന്നുരുണ്ട് അസ്വസ്ഥത പ്രകടിപ്പിക്കുന്നതും കണ്ടപ്പോൾ ഓർമ്മകളെ കുടഞ്ഞു കളഞ്ഞ് സ്വപ്നാലി ഉണർന്നു, ഒരു നാടകത്തിൽ നിന്നെന്നപോലെ. ഒരു രംഗത്തിന്റെ തിരശ്ശീല വീഴ്ത്തിക്കൊണ്ട് നായയുടെ ശബ്ദം ഉയരുന്നുണ്ടായിരുന്നു.

അകത്തേക്ക് നടക്കുമ്പോൾ വസന്തി ഉണർന്നിട്ടുണ്ടാകുമോ എന്ന് സംശയിച്ചു.

വേദനകൊണ്ട് പിടയുന്ന വസന്തിയുടെ ശ്വാസഗതികൾ ശക്തിപ്പെട്ടിരുന്നു.

"ഞാൻ പോയാൽ..."

ഒന്നോ രണ്ടോ വാക്കുകൾ മാത്രം പറഞ്ഞു വസന്തി അവസാനിച്ചു കഴിഞ്ഞു. ഒറ്റപ്പെടലിന്റെ ഭയാനകമായ തുടക്കത്തെ ഞരമ്പുകളും അവിടംവിട്ടു കോശങ്ങളും ഒരു നിമിഷംകൊണ്ടു തിരിച്ചറിയാൻ തുടങ്ങിയിരുന്നു. സുബോധത്തിലേക്ക് മടങ്ങിയെത്തിയ നേരത്ത് അടുത്തു കണ്ട ജനക്കൂട്ടം വസന്തിയുടെ മരണം ആഘോഷിക്കാനാണ് എത്തിയിരിക്കുന്നത് എന്നു മനസ്സിലാക്കി.

ഷണ്ഡൻ മരിക്കുന്നത് ഭാഗ്യമാണെന്ന് അവർ കരുതുന്നു!

മരണത്തിൽ പോലും വസന്തിക്കു നീതി ലഭിക്കാത്തത് എന്തു കൊണ്ടായിരിക്കണം?

സ്വപ്നാലി ആരുടെയൊക്കെയോ കാലുകൾ പിടിച്ച് അലറിവിളിച്ചു. ഒരിത്തിരി കരുണ... ദയവായി എന്റെ വസന്തിയെ വെറുതെ വിടൂ... സ്വപ്നാലി കേണു കൊണ്ടിരുന്നു.
പ്രകൃതിവിരുദ്ധ ജന്മം എന്ന് ജനം മുദ്രകുത്തിയ വസന്തിക്കും ഏത് വിഷയങ്ങളും മൂർച്ചയേറിയ വാക്കുകൾ കൊണ്ട് കുത്തിക്കീറി വിചാരണ ചെയ്യുന്ന മാധ്യമങ്ങളുടെയൊന്നും കണ്ണ് തുറപ്പിക്കാനായില്ല. പിന്നാമ്പുറങ്ങളിലെ മനുഷ്യാവകാശമുറവിളികൾ വിലപേശപ്പെടുകയാണ്!

ശാപജന്മത്തെ തൂത്തെറിയാൻ വന്നവർ ചൂലുകൊണ്ട് അടിച്ചും വടികൊണ്ടു കുത്തിയും പകപോക്കാൻ വസന്തി ചെയ്ത കുറ്റം എന്തായിരുന്നെന്ന് സ്വപ്നാലിക്കു മാത്രം അറിയില്ലായിരുന്നു.
ആരൊക്കെയോ ചേർന്ന് വസന്തിയെ കൊണ്ടുപോയി. കൂട്ടത്തിൽ വസന്തിയെ കോഹിനൂറിൽ നിന്നും പുറത്താക്കാൻ ഉത്സാഹ

പ്പെട്ടിരുന്നവരിൽ മിക്കവരും ഉണ്ടായിരുന്നു. ആൾക്കൂട്ടം കണ്ണിൽ നിന്നും മറയുവോളം അവൾ വസന്തിയെ നോക്കി നിന്നു. യാത്രാമൊഴി എന്നോണം സ്വപ്നം മൊഴിഞ്ഞു.

വസന്തീ, ഇനിയൊരിക്കലും നിനക്ക് നിന്റെ ജന്മം ഉണ്ടാകാതിരിക്കട്ടെ...

വൈദ്യുത ശ്മശാനത്തിലേക്കോ, അതോ വെട്ടിക്കീറി കഴുകന്മാർക്ക് എറിഞ്ഞു കൊടുക്കുവാനോ എന്താണ് ജനം ചെയ്യാൻ പോകുന്നതെന്ന് തിരക്കിയില്ല. ആരും അതെക്കുറിച്ച് പറഞ്ഞതുമില്ല. ഒരിക്കലും വസന്തി തന്നെ വിട്ടുപോകാൻ ഇഷ്ടപ്പെടുന്നില്ലെന്നും അതുകൊണ്ടുതന്നെ നിഷ്കളങ്കമായ ആ ആത്മാവ് കോഹിനൂറിലെ അറുപത്തിമൂന്നാം നമ്പർ മുറിയിൽത്തന്നെയുണ്ടാകുമെന്നും വിശ്വസിക്കാനായിരുന്നു സ്വപ്നാലിക്കിഷ്ടം.

ഒരിക്കലും പിരിയാത്ത സൗഹൃദത്തിന്റെ ജീവിക്കുന്ന അടയാളങ്ങളായി ലോകാവസാനത്തോളം ഉണ്ടായിരിക്കണം എന്നെല്ലാം പറഞ്ഞു തുടങ്ങിയിട്ട്... വസന്തി...

ലോകം ഒരിക്കലും അവസാനിക്കുന്നില്ലെന്നും ജന്മങ്ങൾ മാത്രമാണ് വേഷം മാറുന്നതെന്നും അപ്പോഴൊക്കെ പറയണമെന്ന് അവൾക്ക് തോന്നിയിരുന്നതാണ്. പക്ഷേ വസന്തി പറയുന്നതൊന്നും തെറ്റാക്കി വ്യാഖ്യാനിച്ചൊടിക്കാൻ സ്വപ്നാലി ഇഷ്ടപ്പെട്ടില്ല.

വിജനമായ പാതയിലൂടെ കൈകോർത്തു നടന്നിരുന്ന പരിശുദ്ധ സൗഹൃദത്തിന്റെ അടയാളമായി അവശേഷിക്കുന്ന സ്വന്തം വിരലുകളിൽ സ്വപ്നാലി തലോടി.

...... ഒരു സ്വപ്നം മാത്രമായിരുന്നില്ല വസന്തി.

നിന്റെ ദുഃഖം എന്റെ ദുഃഖമായി പകർത്താനും എന്റെ സന്തോഷം എന്നും നിന്നിലേക്ക് പകരാനും ഞാൻ ശ്രമിച്ചിരുന്നു.... അതൊരിക്കലും ഭംഗിവാക്കാവാതിരിക്കാൻ എന്നെ ഞാൻ നീയായി

സങ്കൽപ്പിച്ചിരുന്നു... പക്ഷെ ശാപസങ്കേതങ്ങളിൽ നിന്നും ഒഴിഞ്ഞുമാറാൻ കൊതിച്ചിരുന്ന നീ ഒടുവിൽ ഞാനുമൊരു ശാപജന്മമാണെന്ന് കരുതി വഴിമാറിപ്പോവുകയായിരുന്നോ? ഇനിയും നിന്റെ ജീവിച്ചി രിക്കുന്ന 'ലൈഫ് പാർട്ണർ' ഒരു ഓർമ്മയാകും മുമ്പ് വിജയിക്ക ണമെന്നതും നിന്റെ ആശയായിരുന്നോ?....

തിരിച്ചു നടക്കാൻ കഴിയാത്ത പാതയിലൂടെ മുന്നേറുമ്പോൾ സ്വപ്നാലിയുടെ മനസ്സ് വസന്തിയുടെ ആത്മാവിനോട് എന്തൊക്കെയോ പുലമ്പിക്കൊണ്ടിരുന്നു.

പിന്നീട് ഓരോ വൈകുന്നേരങ്ങളിലും ബാൽക്കണിയിൽ നിന്നുകൊണ്ട് താഴേക്ക് കണ്ണയക്കുമ്പോൾ നിറുത്തിയിട്ടിരിക്കുന്നതോ നീക്കപ്പെടുന്ന തോ ആയ കുടിവെള്ളം ഏറ്റിയ വണ്ടികൾക്കരികിലൂടെ, അവസാനം വീണ മഞ്ഞപ്പൂവിനെയും ചവിട്ടി നോവിക്കാതെ എത്തുന്ന, കഴുത്തിൽ കറുത്ത പാടുകളുള്ള ശുനകനെ സ്വപ്നാലി പ്രതീക്ഷിച്ചു.

ഇനിയും ഒരു ദിവസം ഇമവെട്ടാതെ അത് തന്നെയും നോക്കി നിൽക്കുമെന്നും പിന്നെ ഒരുനേരത്ത് വീണ്ടും മരണത്തിന്റെ ഒരു അറിയിപ്പുകൂടി നടത്തുമെന്നും മോഹം കൊള്ളും. നായ്ക്കൾ അപ്രകാരം മരണവിളി നടത്തിക്കഴിഞ്ഞാൽ അതുകേട്ടതിന്റെ ചുറ്റുവട്ടങ്ങളിൽ മരണം തീർച്ചയായും എത്തുമെന്ന് മുമ്പെന്നോ കേട്ടിട്ടുണ്ട്. മരണത്തിന്റെ കാലടികളെ ഓർമ്മപ്പെടുത്തുന്ന ദിനം, ഒടുവിലത്തെ തീവണ്ടി ശബ്ദങ്ങളെയും ഭേദിച്ച് ആ ശുനകൻ എത്തിയാൽ വിളിച്ചുപറയാനായി അവർ കുറച്ചു വാക്കുകൾ മനഃപാഠമാക്കി വച്ചിരുന്നു:

ഒന്നുകൂടി നീ അസ്വസ്ഥനാകണം. ഒരിക്കൽകൂടി മാത്രം നീ മരണത്തെ വിളിച്ചെത്തിക്കണം... പിന്നീട് ആർക്കും മരണം കൊടുക്കാതെ നീ ഓടിപ്പോകണം... ഈ രാജ്യവും ഭൂഖണ്ഡവും എല്ലാം വിട്ടെറിഞ്ഞ് എവിടേക്കെങ്കിലും.... കാരണം ഇനി വേറൊരാൾക്കും പ്രിയപ്പെട്ടവരെ മരണത്തിലേക്ക് വലിച്ചെറിയാൻ ഇടവരാതിരിക്കട്ടെ. അവസാനത്തെ മരണം, വിലപിക്കാൻപോലും ആരുമില്ലാത്ത സ്വപ്നാലിയുടേ

തായിരിക്കണം.

8

അന്യരാകപ്പെടുന്നവരുടെ അവധിക്കാലങ്ങൾ (ജീവിതകാലങ്ങൾ)

മടക്കയാത്ര ദുസ്സഹമായി തോന്നിയത് അവധിക്കാലം തുടങ്ങുമ്പോൾ ഒപ്പം യാത്രതിരിച്ച അച്ചരൻ നാട്ടിൽ വച്ച് മരണപ്പെട്ടതുകൊണ്ടാണ്. കുട്ടൻ എന്ന് വിളിക്കപ്പെടുന്ന സൂരജും തിരികെ പോരുമ്പോൾ കൂടെയുണ്ട്. അയാൾ തികഞ്ഞ പ്രകൃതിസ്നേഹിയാണ്. പ്രകൃതി ചികിത്സയിൽ ഗവേഷണം നടത്തി വർഷങ്ങളായി കഴിയുന്ന ഒരാൾ.

നാട്ടിലെത്തുമ്പോൾ (അഞ്ജനക്ക്)കുട്ടേട്ടന്റെ ശരിയായ പേര് അറിയില്ലായിരുന്നു. വർഷങ്ങളുടെ ഇടവേളയ്ക്കുശേഷം ആയിരുന്നതിനാൽ രൂപഭാവങ്ങളും ഇരുവരും പ്രതീക്ഷിച്ചിരുന്നതിനേക്കാൾ അപ്പുറത്തായിരുന്നു.

കാണുമ്പോൾ തന്നെ പരിചയം പുതുക്കിയത് അയാളായിരുന്നു.

" മീട്ടു അന്ന് ദാ ഇത്രേയുള്ള കുട്ടിയായിരുന്നു".

കൈപ്പത്തികൾ വിപരീതത്തിൽ പിടിച്ചുകൊണ്ട് വിവരിച്ചു തുടങ്ങിയതും അയാളായിരുന്നു (അയാൾക്ക് അഞ്ജന മീട്ടു ആണ്).

"നീ ഓർക്കുന്നുണ്ടാവില്ല... ഇത്ര മോഡേണായ ഒരു പെൺകുട്ടി ആയിരുന്നില്ല നീയന്ന്. കണ്ണുകൾ പഴയതുപോലെ തന്നെയാണ്.

എങ്കിലും അതിലെ ഭാവപ്പകർച്ചകൾ ബിസി 2011നും എഡി 2011ഉം പോലെയാണ്".

അയാളത് പറയുമ്പോൾ ബിസി 2011ലേ കുട്ടേട്ടൻ ഉണ്ടായിരുന്നോ എന്ന സംശയം ഒരു തമാശയായിട്ടെങ്കിലും ചോദിക്കണമെന്നുണ്ടായിരുന്നു.

"നിഷ്കളങ്കതയിൽ നിന്നുള്ള പരിണാമം പക്വതയിലേക്ക് എന്നു പറയുന്നതിനേക്കാൾ പല ഭാവങ്ങളെയും മൂടിക്കെട്ടാൻ ആയിരുന്നു."

അനാവശ്യമായി സംസാരിച്ചു കൊണ്ടിരുന്ന അയാളുടെ വാക്കുകൾക്ക് തീരെ മാന്യതയില്ലാത്തതുപോലെ തോന്നി. എങ്കിലും മീട്ടു എന്ന കുട്ടിക്കാലത്തെ വിളിപ്പേര് സ്നേഹത്തോടെ മനസ്സിൽ സൂക്ഷിക്കുന്നതുകൊണ്ട് മാത്രം വെറുതെ ചിരിച്ചുകൊണ്ടു നിന്നു.

അമ്മയ്ക്ക് നാട്ടിൽ വരുന്നതിനോട് പലപ്പോഴും എതിർപ്പാണ്. അവധിക്കാലങ്ങളിൽ വന്നിരുന്നപ്പോഴൊക്കെ അച്ഛനും താനും തനിച്ചായിരുന്നു . നാട്ടിലെത്തിയാൽ അച്ഛന് അമ്മയുടെ ബന്ധുക്കളോടായിരുന്നു കൂടുതൽ അടുപ്പമെങ്കിലും അമ്മ വരാൻ കൂട്ടാക്കാതിരുന്നത് ആദ്യമെല്ലാം അത്ഭുതപ്പെടുത്തിയിട്ടുണ്ട്. പിന്നീടെന്നോ പഠനത്തിന്റെ തിരക്കുകളിലേക്ക് മനസ്സു പറന്നുകയറിയപ്പോൾ അമ്മയെപ്പോലെയായി മാറിയ തന്നെയും കൂടാതെയാണ് അച്ഛൻ അവധിക്കാലങ്ങളിൽ നാട്ടിലെത്തിയിരുന്നത്.

തന്റെ അമ്മയ്ക്കുപോലുമില്ലാത്ത ബന്ധം നാടുമായി തനിക്കുണ്ടോ എന്ന് കുട്ടേട്ടൻ തുറന്ന് ചോദിച്ചു. അതിന് എന്തുത്തരം പറയണമെന്നറിയില്ലായിരുന്നു.

ഇടയ്ക്കെല്ലാം ഫോൺ ചെയ്യാറുള്ള അയാൾ, തോന്നുന്നതെല്ലാം വിളിച്ചുപറയുന്ന ഒരു അവ്യക്തരൂപമായി മനസ്സിലുണ്ടായിരുന്നു. അവധിക്കാലത്തെ മാമ്പഴക്കറകൾ ചുണ്ടിൽ വരുത്തുന്ന പൊള്ളലുകൾ മായുന്നത്ര വേഗത്തിൽ അയാളുടെ മാത്രമല്ല ഓരോ മുഖങ്ങളും മനസ്സിൽ നിന്നു മായുന്നത് അറിഞ്ഞിരുന്നുമില്ല.

തിരക്കുകൾ കൂടുമ്പോൾ ആളുകൾ പ്രിയപ്പെട്ടവരെ പോലും മറന്നു കളയുന്നു. ഉടപ്പിറന്നവളായ തന്റെ അമ്മയെ കാണണം എന്ന മോഹ വുമായിട്ടാണ് കുട്ടേട്ടന്റെ അച്ഛൻ മരിച്ചത്. മരണവാർത്ത അറിഞ്ഞിട്ടുപോലും അവർ വരാതിരുന്നത് മനസ്സിലെ നന്മകളൊക്കെ നശിച്ചതു കൊണ്ടാണെന്ന് കുട്ടേട്ടൻ അന്നു പറഞ്ഞു.

ഓർമ്മയുണ്ട് - അമ്മാവന്റെ മരണവാർത്ത അറിഞ്ഞതിനും കുറച്ചു ദിവസങ്ങൾ കഴിഞ്ഞാണ് ഹോസ്റ്റലിൽ നിന്നെത്തിയ തന്നോട് ഒരു സാധാരണ വാർത്ത അറിയിക്കും പോലെ അമ്മ അക്കാര്യം പറഞ്ഞത്. ചിന്തിച്ചു പോയി, സ്വാർത്ഥത മാത്രമാണോ എല്ലാവരുടെയും ഏറ്റവും വലിയ സുഹൃത്ത്!

കുട്ടേട്ടന്റെ ജീവിതശൈലി പോലെ തന്നെ വാക്കുകളും പലപ്പോഴും മനസ്സിലാവില്ല. അയാളെ മനസ്സിലാകാത്തത് വർഷങ്ങൾക്കുശേഷം അന്യനാട്ടിൽ നിന്നെത്തിയതുകൊണ്ടായിരിക്കാം എന്ന് വെറുതെ തോന്നിയതായിരുന്നു. പ്രകൃതി ജീവിതം എന്നൊരു മേൽവിലാസ ത്തിൽ അയാൾ നീണ്ട യാത്രകൾ നടത്തും. വയനാട്ടിൽ എവിടെയോ അയാളുടെ സംഘം അൻപത് ഏക്കറോളം കൃഷിഭൂമി പാട്ടത്തിനെ ടുത്തിട്ടുണ്ട്. രാസവളങ്ങളും കീടനാശിനികളും ഇല്ലാത്ത ഭക്ഷ്യവിഭ വങ്ങൾക്കേ ഇന്നത്തെ ലോകത്തിലെ എല്ലാ പ്രതിസന്ധികളും നീക്കാൻ കഴിയൂ എന്ന് വിശ്വസിക്കുന്ന അവർ പട്ടണങ്ങളിൽ നാടൻ പച്ചക്ക റിച്ചന്തയും ഭക്ഷ്യമേളയും നടത്തി ലോകത്തിനു നൽകുന്നത് വലിയ സന്ദേശമാണ്.

ഖാദിത്തുണികൊണ്ടുള്ള ജുബ്ബയും, നീട്ടി വളർത്തിയ താടിയും മുടിയും അയാളൊരു സാഹിത്യകാരനാണെന്ന് തെറ്റിദ്ധരിപ്പിച്ചിരുന്നു. അമ്മായിയും വല്ല്യേട്ടനുമെല്ലാം വെറുതെ ജീവിതം നശിപ്പിക്കുന്നതിന് കുട്ടനെ ഗുണദോഷിക്കും. ശരിയായ ആരോഗ്യമാണ് ഏറ്റവും വലിയ സമ്പാദ്യം എന്ന് അയാൾ പറയുന്നത് തടിതപ്പാനുള്ള ന്യായീകരണ മാണ് എന്നാണ് എല്ലാവരും പറയുന്നത്.

തറവാട്ടിലായിരുന്ന തങ്ങളെ ക്ഷണിക്കുവാൻ വീണ്ടും കുട്ടേട്ടൻ വരു ന്നത് നാലുദിവസം കഴിഞ്ഞിട്ടായിരുന്നു. നേരത്തെ എത്താം എന്നു

പറഞ്ഞ് കുട്ടേട്ടൻ വരുന്നതിനുമുമ്പേ ചില സുഹൃത്തുക്കളെ കാണാൻ പുറപ്പെട്ട അച്ഛൻ സന്ധ്യയായിട്ടും തിരികെ എത്താതിരുന്നത് എന്റെ ക്ഷമ നശിപ്പിക്കുന്നതായിരുന്നെങ്കിലും കുട്ടേട്ടന് കാത്തിരിപ്പ് ഒരു പ്രശ്നമേ ആയിരുന്നില്ല. വർഷങ്ങളിലെ യോഗാസനങ്ങൾ പകർന്നു കൊടുത്ത ആത്മസംയമനം കൊണ്ടായിരിക്കണം. പക്ഷെ വാക്കുകൾ.... പണ്ടുതൊട്ടേ ശീലിച്ചിരുന്നത്, നിയന്ത്രിക്കാൻ എന്തുകൊണ്ടായിരിക്കാം സാധിക്കാതെ പോകുന്നത്?

കുട്ടേട്ടന്റെ ദേശത്തേക്കുള്ള അവസാനത്തെ ബസ് ഒമ്പതുമണിക്കാണെന്ന് ചെറിയമ്മയിൽ നിന്ന് അറിഞ്ഞതു മുതൽ താനെങ്കിലും ഒപ്പം പോകുമെന്ന് മനസ്സ് ശാഠ്യം പിടിച്ചുകൊണ്ടിരുന്നു. പഴയ തറവാടുവീട് ഇഷ്ടമില്ലാത്തതുകൊണ്ടാണ് താൻ പോകാൻ തിരക്കുകൂട്ടുന്നതെന്ന് ചെറിയച്ഛൻ പറഞ്ഞു.

കുട്ടേട്ടന്റെ വീട് ഒരർത്ഥത്തിൽ സ്വർഗ്ഗം തന്നെയാണ്. വേറൊരിടത്തും കണ്ടിട്ടില്ലാത്ത മനോഹാരിതയാണ് ഓരോ മുറിക്കും. എല്ലാം രൂപകല്പന ചെയ്തത് കുട്ടേട്ടൻ പറഞ്ഞുകൊടുത്ത പ്രകാരം ഒരു സുഹൃത്താണ്. റെയിൽവേ സ്റ്റേഷനിൽ നിന്ന് വരുന്ന വഴിക്ക് അവിടെ ഒന്ന് കയറിയിരുന്നു.

ചെറിയച്ഛൻ വളരെ നല്ല ആളായിരുന്നുവെങ്കിലും അവിടെയുള്ള കോളേജ് വിദ്യാഭ്യാസം നയിക്കുന്ന കുട്ടികളോട് തീരെ പൊരുത്തപ്പെടാൻ കഴിയുമായിരുന്നില്ല. കണക്കില്ലാത്ത തറവാട്ടു സ്വത്തുക്കളുടെ മേൽനോട്ടക്കാരനായിരുന്ന് മടുത്തതിനാൽ ഏട്ടനുള്ള വീതം വിറ്റിട്ടാണെങ്കിലും ഒഴിവാക്കിത്തരണമെന്ന് അദ്ദേഹം എപ്പോഴും അച്ഛനോട് പറയാറുണ്ടായിരുന്നു. മോശമല്ലാത്ത കമ്പനിയിലെ ഉദ്യോഗം തന്നെ വരുമാനം ഏറെ നൽകിയിരുന്നത് കൊണ്ട് അകലെ മറഞ്ഞിരുന്ന് തറവാടിനെ വെട്ടിമുറിക്കാൻ അച്ഛൻ ഇഷ്ടപ്പെട്ടിരുന്നില്ല.

ഒൻപതു മണിക്കുള്ള അവസാനത്തെ ബസ്സിൽ കുട്ടേട്ടൻ തനിച്ചാണ് തിരികെ പോയത്. പണ്ടും സ്നേഹിതന്മാരെ കിട്ടിയാൽ അച്ഛൻ

സ്വയം മറന്നിരുന്നു എന്നും, ചില ദിവസങ്ങളിൽ അവരോടൊന്നിച്ചു കഴിയുന്ന പതിവുണ്ട് എന്നുമൊക്കെ പറഞ്ഞു സമാധാനിപ്പിച്ച് ചെറിയച്ഛൻ എന്നെ ഉറങ്ങാനായി പറഞ്ഞയച്ചു.

ഫോൺ പോലും നിർത്തിവച്ച് ഏതുസൗഹൃദമാണ് അദ്ദേഹത്തിന് പുതുക്കാനുള്ളത്? സൗഹൃദത്തിന്റെ മനഃസുഖം ഒരുപക്ഷേ അനിർവചനീയമായിരിക്കണം. ആയിരം വർഷം പട്ടണത്തിൽ കഴിഞ്ഞാലും സ്വാർത്ഥത വിട്ടൊഴിഞ്ഞ ഒരു സൗഹൃദം ലഭിക്കാനിടയില്ല എന്ന് അദ്ദേഹം പറയാറുണ്ടായിരുന്നത് ഓർത്തുകൊണ്ട് ഉറങ്ങാൻ കിടന്നു.

ഓരോ തവണയും ഉറങ്ങിത്തുടങ്ങിയത് ഇടവേളകളിൽ എത്തുന്ന ഫോൺ മണിമുഴക്കത്തിൽ അവസാനിച്ചു കൊണ്ടിരുന്നു.

ഉണർച്ചകളിൽ അമ്മയെക്കുറിച്ചോർത്തു. തനിച്ചാണ് പട്ടണത്തിൽ കഴിയുന്നത്.

സ്വന്തം വീട്ടുകാരോടുള്ള ദേഷ്യം നിമിത്തമാണ് ഒരിക്കൽ പോലും അമ്മ നാട്ടിലേക്ക് വരാനിഷ്ടപ്പെടാത്തത് എന്ന് അമ്മാവന്മാർ അച്ഛനോട് പറഞ്ഞിട്ടുണ്ട്. അച്ഛനുമായുള്ള വിവാഹത്തിനു മുമ്പ് അമ്മയ്ക്ക് ഒരു പ്രണയമുണ്ടായിരുന്നു. വിവാഹം കഴിച്ചു തരണമെന്ന് വീട്ടുകാരോട് കേണപേക്ഷിച്ചിട്ടും ഉയർന്ന ജാതിക്കാരനായ ഒരുവനുമായി ബന്ധം സ്ഥാപിക്കാനുള്ള കരളുറപ്പൊന്നും ആർക്കും ഉണ്ടായിരുന്നില്ല. ഒടുവിൽ ബന്ധുക്കളെ ഉപേക്ഷിക്കാതിരിക്കുവാൻ മാത്രം പ്രണയം മറന്ന അമ്മ വിവാഹം കഴിഞ്ഞ് അച്ഛനോടൊപ്പം യാത്ര തിരിച്ചതാണ്. കാലത്തിന് മായ്ക്കാൻ പറ്റാത്തതായി ഒന്നുമില്ലെന്ന് പറയുന്നത് അമ്മയെ കാണുമ്പോഴൊക്കെ വെറുംവാക്കാണെന്ന് തോന്നിപ്പോകും.

പഠനം കഴിഞ്ഞ് ജോലിക്കുള്ള അപേക്ഷകളും കൊടുത്തിരിക്കുന്ന തന്റെ വിവാഹകാര്യത്തെ ചൊല്ലിയാണ് അച്ഛനമ്മമാർ ആദ്യമായി കലഹിക്കുന്നത്.

പട്ടണമൊന്നും വേണ്ട.... നാട്ടിൽ എവിടെയെങ്കിലും മതി. കുട്ടൻ നല്ല പയ്യനാണ്.

അച്ഛൻ ഇടയ്ക്കൊക്കെ പ്രകടിപ്പിച്ചിരുന്ന ആഗ്രഹം ഗുരുതരമായി അമ്മയുടെ മുന്നിൽ അവതരിപ്പിക്കപ്പെട്ട നേരത്ത് അമ്മ പൊട്ടിത്തെറിച്ചു. ആരോടാണ് സ്നേഹം പ്രകടിപ്പിക്കേണ്ടത്? എന്തൊക്കെ കുറവുകളും മേന്മകളും ഉണ്ടായിരുന്നാലും അച്ഛനും അമ്മയ്ക്കും ഒരേ സ്ഥാനമാണ് മനസ്സിൽ.

കലഹം അവസാനിപ്പിക്കാൻ എന്റെ തീരുമാനം ഞാനറിയിച്ചു.

" ഏകസ്ഥയായി കഴിയാനാണ് ഞാൻ തീരുമാനിച്ചിരിക്കുന്നത് ".

പിന്നീട് ആരും വിവാഹത്തെക്കുറിച്ച് ഒരു വാക്കുപോലും ഉരിയാടിയില്ല.

ഓരോ ദിവസങ്ങളിലും ഉയർന്നുവന്ന അച്ഛന്റെ നെടുവീർപ്പുകൾ...മൗനത്തിന്റെ കയത്തിലേക്കുള്ള അമ്മയുടെ പതനം...

അച്ഛൻ തീരുമാനം അറിയിച്ചശേഷം കുട്ടേട്ടന് മറ്റൊരു വിവാഹം നിശ്ചയിച്ചു.

ഒടുവിൽ കുട്ടേട്ടന്റെ വിവാഹം നടക്കാതെതന്നെ അവസാനിച്ചപ്പോൾ അച്ഛൻ വീണ്ടും പ്രതീക്ഷിക്കാൻ തുടങ്ങിയിരുന്നു.

പട്ടണത്തിലേക്ക് ജോലിയുടെ കാരണത്താൽ അമ്മയെ പറിച്ചുനട്ട അച്ഛൻ അക്കാരണത്താൽ തന്നെ ഒരുപാട് വിഷമിച്ചിട്ടുണ്ട്. പട്ടണത്തിന്റെ പരിഷ്കാരങ്ങളിൽ മാത്രം ഒതുങ്ങിത്തീരാനുള്ളതല്ല മകളുടെ ജീവിതം എന്നു കരുതിയിരുന്നതും അദ്ദേഹം തന്നെയാണ്.

വെളിയിൽ ഫോൺവിളികൾ കൂടാതെ മറ്റേന്തോ തിരക്കുകളും വളരുന്നതുപോലെ തോന്നി.

വിമാനമാർഗ്ഗം എങ്കിലും വരും...

മീട്ടു മോളോട് വിളിക്കാൻ പറയണം...

മോൾ വിളിച്ചാൽ മാളുവിന് വരാതിരിക്കാനാവില്ല...

മാളുവിന് ശത്രുക്കൾ നമ്മൾ മാത്രമല്ലേ? ഭർത്താവിന്റെ മരണത്തിനും വരാൻ കഴിയില്ലെങ്കിൽ വേണ്ട...

ചെറിയമ്മാവന്റെയും കുട്ടേട്ടന്റെയും ശബ്ദങ്ങൾ ചെറിയച്ഛന്റേതിനേക്കാൾ ഉയർന്ന നേരത്ത് പകച്ചുപോയി. കുട്ടേട്ടൻ വീണ്ടും വന്നത് എന്തിനായിരിക്കണം?

വാതിൽ തുറക്കാൻ പോലുമാകാതെ, തുറന്നിട്ട ജനാലയിലൂടെ പുറത്തേക്ക് കണ്ണുനട്ടു കിടന്ന നേരത്ത് അതുവരെ ശ്രദ്ധയിലുണ്ടായിരുന്ന ഇളംകാറ്റിൽ തെന്നിക്കൊണ്ടിരുന്ന ചെന്തെങ്ങിലെ ഓലകളും മുമ്പെപ്പോഴോ കൺവെട്ടത്തുനിന്ന് അകന്നുപോയ ചന്ദ്രബിംബവും ഭയത്തെ ഉറപ്പിക്കാൻ പോന്നതായിരുന്നു.

വാതിൽ തട്ടി വിളിച്ചത് കുട്ടേട്ടനാണ്.

ചിരി മായ്ച്ചുകളഞ്ഞ മുഖവുമായി അയാൾ കയറി വന്നു.

ജീവിതത്തിലാദ്യമായി അയാൾ അടക്കിപ്പിടിച്ചു പറഞ്ഞു.

"മീട്ടു, അച്ഛൻ.... രഘുമാമേടെ വീട്ടിലായിരുന്നു. പോയി. ഹൃദയസ്തംഭനമായിരുന്നു. സംസാരിച്ചു കൊണ്ടിരിക്കുന്നതിനിടയിൽ സംഭവിച്ചതാണത്രേ!"

ജീവിതത്തിൽ ആദ്യമായി ഒരു ശവസംസ്കാരം നേരിട്ട് കാണുന്ന നേരത്ത്, തിരക്കിട്ടുവന്ന അമ്മ മറ്റാരെയും ശ്രദ്ധിക്കാതെ തറവാടിന്റെ ഒരു കോണിൽ ഇരിക്കുന്നുണ്ടായിരുന്നു. എല്ലാവരും കുളിച്ച് ഈറൻ മാറുന്ന നേരത്ത് അവർ പോയതും ആരുമറിഞ്ഞില്ല.

മരണം ക്രൂരത നിറഞ്ഞ സത്യമാണെന്ന് തിരിച്ചറിഞ്ഞത് അനുഭവിച്ച നിമിഷം മുതൽക്കായിരുന്നു. അച്ഛനമ്മമാരോട് മാത്രം ഹൃദയം തുറന്ന് ശീലിച്ചതുകൊണ്ടായിരിക്കാം ഒരു വലിയ ഭാരം നെഞ്ചിൽ കൂടുകെട്ടിയത്. മരണത്തോടനുബന്ധിച്ച ചടങ്ങുകൾ അവസാനിച്ചപ്പോൾ തിരികെ പോകാനുള്ള തയ്യാറെടുപ്പുകൾ തുടങ്ങി.

അച്ഛൻ തന്റെ ആഗ്രഹം കുട്ടേട്ടനോട് വീണ്ടും ഓർമ്മപ്പെടുത്തിയിരുന്നു. കുട്ടേട്ടൻ അതുപറയുമ്പോൾ ആരോടും ഒരു കൂറും പുലർത്താതെ ജീവിക്കുന്ന നാത്തൂന്റെ മകളെ മകനു ഭാര്യയാക്കാൻ കഴിയില്ലെന്ന തീരുമാനം അമ്മായി അറിയിച്ചു. കൂടുതലായി ആരുമൊന്നും സംസാരിച്ചില്ല.

രണ്ടു ദിവസം നീണ്ട തീവണ്ടിയാത്രയിൽ കുട്ടേട്ടനും മൗനം പാലിച്ചിരുന്നു. അയാളുടെ തത്വങ്ങളും വീക്ഷണങ്ങളും വച്ച് അമ്മയെ വിധിക്കാനും കൂട്ടാക്കിയില്ല. പരസ്പരം വേറെ ആരും ഇല്ലാത്തതുകൊണ്ട് ഒരു വലിയ മറവിയെ പ്രാപിക്കേണ്ടതുണ്ടെന്ന് മാത്രം ചിന്തിച്ചു കൊണ്ടിരുന്നു.

ഒരർത്ഥത്തിൽ സ്വാർത്ഥതയുടെ ഉൾവലിഞ്ഞ, കുറിയ ലോകങ്ങളിലേക്ക് ചുരുങ്ങിക്കൂടുവാൻ വേണ്ടിയുള്ള യാത്ര.....

അമ്മയുടെ അടുത്തേൽപ്പിച്ച് മടങ്ങുമ്പോൾ കുട്ടേട്ടൻ പറഞ്ഞു - ആരെയും ബലം പ്രയോഗിച്ച് പിടിച്ചു വയ്ക്കേണ്ട ലോകമല്ലിത്. ഭാര്യയാകാൻ വന്നവൾക്ക് ഞാൻ സ്വാതന്ത്ര്യം നൽകി. പിന്നെ ആരുടെയൊക്കെയോ അഭിപ്രായങ്ങളെ മാനിച്ച്......

അച്ഛന്റെ സ്വപ്നങ്ങൾ... അവ അമ്മയുടെ ദുഃഖങ്ങളോളം വരില്ലെന്ന് ഇനിയും ജീവിച്ചിരിക്കാനെങ്കിലും വിശ്വസിക്കണം. ടാക്സിയിൽ യാത്രയാക്കിയ കുട്ടേട്ടനെ മറക്കേണ്ടതും അത്യാവശ്യമായിരുന്നു.

www.ingramcontent.com/pod-product-compliance
Lightning Source LLC
LaVergne TN
LVHW101947220826
846093LV00006B/128

9798887171708